Eggulu I

Okumasamasa kwakyo
ng'ejjinja ery'omuwendo omungi ennyo,
ng'ejjinja yasepi, eritangalijja.
(Okubikkulirwa 21:11)

Eggulu I

Ddungi Era Nga Litangalijja Ng'Ejjinja Ery'Omuwendo

Dr. Jaerock Lee

Eggulu I: Ddungi Era Nga Litangalijja Ng'Ejjinja Ery'Omuwendo bya
Dr. Jaerock Lee
Kyafulumizibwa aba Urim Books (Abakulirwa: Kyungtae Noh)
73, Yeouidaebang-ro 22-gil, Dongjak-gu, Seoul, Korea
www.urimbooks.com

Obuyinza bwonna tubwesigaliza. Ekitabo kino oba ebitundu byakyo tebirina kufulumizibwa nate mu ngeri yonna, oba okuterekebwa mu ngeri yonna, oba okufulumizibwa mu kika kyonna ng'okwokyesaamu, okunaazaamu kkoppi, awatali lukusa okuva eri abaakafulumya..

Okujjako nga kiragiddwa, Ebyawandiikibwa byonna bisimbuddwa mu Ekitabo Ekitukuvu ekiyitibwa BAIBULI Ekyafulumizibwa aba KAMPALA THE BIBLE SICIETY OF UGANDA

Obwannanyini © 2017 bwa Dr. Jaerock Lee
ISBN: 979-11-263-0238-3 04230
ISBN: 979-11-263-0237-6 (set)
Obwannannyini bw'okukavunula mu lungereza © 2011 ye Dr. Esther K. Chung. Ng'akkiriziddwa.

Kyasooka okufulumizibwa mu lulimi olu Korea aba Urim Books mu 2002

Kyasooka kufuluma mu gw'okusatu 2017

Kyasunsulibwa Dr. Geumsun Vin
Kyalungiyizibwa ekitongole ekisunsuzi ekya Urim Books
Kyateekebwa mu kyapa ekitongole kya Prione Priting Company
Ayagala ebisingawo kwatagana ne: urimbook@hotmail.com

Eby'Omuwandiisi

Katonda kwagala takoma ku kukulembera buli mukkiriza eri ekkubo ly'obulokozi wabula n'okumubikkulira ebyama bye ggulu.

Wakiri omulundi gumu mu bulamu bw'omuntu, abaako n'ebibuuzo nga bino "Ndaga wa, oluvannyuma lw'obulamu mu nsi eno" oba "Ddala eggulu ne ggeyeena gye biri?"
Abantu bangi bafa nga tebannafuna by'akuddibwamu eri ebibuuzo nga bino, oba ne bwe baba bakkiririza mu bulamu oluvanyuma lw'okufa, si buli muntu agenda mu ggulu kubanga si buli muntu nti alina by'amaanyi ebituufu. Eggulu ne ggeyeena si bintu bya ku kukuba bukubi bufaananyi, wabula bintu ebiriyo ddala mu nsi ey'omwoyo.

Ku ludda olumu, Eggulu kifo kirungi nnyo ky'otayinza kugeerageranya na kintu kyonna mu nsi. Naddala obulungi n'essanyu mu Yerusaalemi Empya, Eyo Namulondo ya Katonda gyesangibwa, tewayinza kunyonyolwa bulungi kubanga wakoleddwa mu bintu ebisingayo obulungi mu bukoddyo

v

obw'omu ggulu.

Ku ludda olulala, ggeyeena ejjudde okubonaabona n'ennaku ebitakoma, obulumi n'ebibonerezo ebitaggwayo, Ebyo ebiribaayo bye nnyini binnyonnyoddwa mu bujjuvu mu kitabo ekiyitibwa *Ggeyeena*. Eggulu ne ggeyeena by'ajja okumanyibwa okuyita mu Yesu n'abatume, era ne leero, bimanyisibwa abantu mu bujjuvu okuyita mu bantu ba Katonda abo abalina okukkiriza okw'amazima mu Ye.

Eggulu kye kifo abaana ba Katonda gye beeyagalira mu bulamu obutaggwaawo, Eyo ebintu byotasobola kwefumiitirizaako, ebirungi, eby'ewunyisa gye bibategekeddwa. N'olwekyo okukimanya mu bujjuvu Katonda amala kukkiriza era n'akikulaga.

Nnasaba era n'ensiiba obutalekayo okumala emyaka musanvu okusobola okumanya ebikwata ku ggulu era n'entandika okufuna okuddibwamu okuva eri Katonda. Kati Katonda Andaga bingi ku byama by'omu nsi ey'omwoyo mu buziba bwabyo.

Kubanga eggulu terisobola kulabibwa, kizibu nnyo okunyonyola eggulu n'olulimi saako amagezi g'ensi eno. Wayinza n'okubaawo okulitegeera obubi. Ye nsonga lwaki omutume Paulo teyasobola kwogera ku nsi ensuubize ey'omuggulu ery'okusatu mu bujjuvu gye yali alabye mu kwolesebwa.

Katonda era yansomesa ebyama bingi ku ggulu, era okumala emyezi mingi n'abuulira ku bulamu obujjudde essanyu n'ebifo eby'enjawulo eby'okubeeramu mu ggulu, n'empeera ez'enjawulo mu ggulu okusinziira ku kigero ky'okukkkiriza kw'omuntu. Wabula nali sisobola kubuulira ebyo byonna bye nali njize mu bujjuvu.

Ensonga lwaki Katonda Ang'anya okwasanguza ebyama eby'ensi ey'owomwoyo, bissobole okumanyibwa abantu okuyita mu kitabo kino, kwe kulokola emyoyo egiwera nga bwe kisoboka era gisobole okugenda mu ggulu, eryo eritangalijja ng'ejjinja ery'omuwendo omungi ennyo.

Nneebaza n'okuddiza Katonda ekitiibwa olw'okung'anya okufulumya *Eggulu I: Ddungi Era Nga Litangalijja Ng'Ejjinja Ery'Omuwendo* omungi.

Kinnyinyonyola ekifo ekitangalijja n'okuba ekirungi ng'ejjinja ery'omuwendo, nga kijjudde ekitiibwa kya Katonda. Kansuubire nti mujja kutegeera okwagala kwa Katonda okungi, okwo okukulaga ebyama by'eggulu era okutwala abantu bonna eri ekkubo ly'obulokozi osobole naawe okulifuna. Era nsuubira ojja kudduka eri ggoolo y'obulamu obutaggwaawo mu Yerusaalemi

Empya.

    Nneebaza Geumsun Vin, akulira Ekitongole ekisunsuzi n'abantu bonna bakola n'abo, n'ekitongole ekivvunnuzi olw'omulimu gwabwe ogw'amaanyi mu kufulumya ekitabo kino. Nsaba mu linnya lya Mukama nti okuyita mu kitabo kino, emyoyo mingi gijja kulokolebwa era gye yagalire mu bulamu obutaggwaawo mu Yerusaalemi Empya.

Jaerock Lee

Ennyanjula

Nsuubira nti buli omu ku mmwe ajja kutegeera okwagala kwa Katonda okugumiikiriza, atuukirize omwoyo omujjuvu, era adduke eri Yerusaalemi.

Nneebaza n'okuddiza Katonda ekitiibwa Oyo aganyizza abantu ab'enjawulo okumanya ebikwata ku nsi ey'omwoyo obulungi era ne badduka nga badda eri ggoolo n'essuubi ery'eggulu okuyita mu butabo buno *Ggeyeena*, ne *Eggulu* ekisooka n'ekyokubiri.

Ekitabo kino kirimu essuula kkumi, era kikumanyisa bulungi obulamu n'obulungi, n'ebifo eby'enjawulo eby'okubeeramu mu ggulu, empeera ez'enjawulo ezigabibwa okusinziira ku kigero ky'okukkiriza. Kino Katonda kya bikkulidde Reverand Dr. Jaerock Lee okuyita mu kwolesebwa okw'Omwoyo Omutukuvu.

Essuula 1 "Eggulu: Ddungi Era Nga Litangalijja Ng'ejjinja Ery'Omuwendo" ennyonyola essanyu ery'olubeerera ery'eggulu ng'etunuulira endabika ye ggulu okutwaliza awamu, nga tewajja kwetaaga musana oba mwezi okufuna ekitangaala.

Essuula 2 "Olusuku Adeni n'ekifo Awalindirwa Eggulu" ennyonyola ekifo, endabika, n'obulamu bw'omu lusuku Adeni okukusobozesa gwe okutegeera obulungi Eggulu. Essuula eno era ekubuulira ku nteekateeka n'ekigendererwa kya Katonda eky'okuteeka omuti ogw'okumanya obulungi n'obubi n'okuteekateeka abantu mu ngeri ey'omwoyo. Ate era ekubuulira n'Ekifo Awalindirwa abantu abalokole okutuusa ku lunaku olw'omusango, wamu n'obulamu bw'omu kifo ekyo, n'abantu ba kika ki abayingira Yerusaalemi Empya obutereevu nga tebamaze kulindira mu kifo ekyo.

Essuula 3 "Embaga Ey'okumala Emyaka-musanvu" ennyonnyola okudda kwa Yesu Kristo okw'omulundi ogw'okubiri, Emyaka omusanvu egy'okubonabona okw'amaanyi, okudda kwa Mukama ku nsi, Ekyasa, n'obulamu obutaggwaawo oluvanyuma lw'ebyo.

Essuula 4 "Ebyama bye Ggulu Ebyakisibwa okuva Olubereberye" Eyogera ku byama bye ggulu ebyo ebya yanjuluzibwa olugero lwa Yesu era n'ekubuulira n'engeri y'okufunamu eggulu, eyo ewali ebifo eby'okubeeramu ebingi.

Essuula 5 "Tunaabeera Tutya mu Ggulu?" ennyonnyola obuwanvu, obuzito, ne langi y'olususu eby'omubiri ogw'omwoyo, n'engeri gye tunaabeeramu. N'ebyokulabirako eby'enjawulo eby'obulamu obweyagalirwamu mu ggulu, essuula eno era ekukubiriza, okuwaguza ng'odda eri eggulu n'essuubi ery'amaanyi ery'eggulu.

Essuula 6 "Olusuku lwa Katonda" ennyonnyola Olusuku lwa Katonda nga kye kifo ekiri ku mutendera ogusembayo wansi mu ggulu, kyokka nga kirungi nnyo, era kisanyusa okusinga ensi eno. Era ennyonnyola n'ekika ky'abantu abanaayingira olusuku lwa Katonda.

Essuula 7 "Obwakabaka obusooka obw'eggulu" ennyonnyola obulamu n'empeera eby'omu bwakabaka obusooka, obwo omubeera abo abakkiriza Yesu Kristo era ne bagezaako okutambulira mu kigambo Kye.

Essuula 8 "Obwakabaka obw'okubiri obw'eggulu" esoggola obulamu n'empeera eby'omu bwakabaka obw'okubiri eyo abo abataatuukiriza butuukirivu bulungi wabula n'ebatuukiriza obuvunaanyizibwa bwabwe gye bali yingira. Era essa essira ku mugaso gw'obugonvu n'omuntu okutuukiriza obuvunaanyizibwa bwe.

Essuula 9 "Obwakabaka obw'okusatu obw'eggulu" ennyonnyola obulungi n'ekitiibwa ky'obwakabaka obw'okusatu, obutayinza kugerageranyizibwa n'obwakabaka obw'okubiri. Obw'akabaka obw'okusatu kye kifo eky'abo bokka abasuula eri ebibi byabwe byonna-n'ebibi eby'embala yaabwe – nga bakozesa obusobozi bwabwe n'okuyambibwako Omwoyo Omutukuvu. Ennyonnyola okwagala kwa Katonda oyo aganya ebigezo n'okugezesebwa.

Esembayo, Essuula 10 "Yerusaalemi Empya" eyanjula Yerusaalemi Empya, ekifo ekisingayo obulungi n'ekitiibwa mu ggulu, eyo namulondo ya Katonda gyesangibwa. Ennyonnyola ekika ky'abantu abanaayingira Yerusaalemi Empya. Essuula eno emaliriza ng'ewa abasomi essuubi okuyita mu by'okulabirako eby'ennyumba ez'abantu babiri abaliyingira Yerusaalemi Empya.

Katonda ategekedde abaana Be abaagalwa eggulu eritangalijja

era nga ddungi ng'ejjinja ery'omuwendo omungi. Ayagala abantu bangi nnyo balokolebwa era Yeesunga okulaba abaana Be nga bayingira Yerusaalemi Empya.

Nsuubira mu linnya lya Mukama nti abasomi bonna ab'ekitabo *Egguli I: Ddungi Era Nga Litangalijja Ng'ejjinja Ery'Omuwendo* Bajja kutegeera okwagala kwa Katonda okungi, era batuukirize omwoyo omujjuvu n'omutima gwa Mukama, era badduke eri Yerusaalemi Empya n'amaanyi.

Geumsun Vin
Akulira ekitongole ekisinsizi

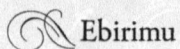 Ebirimu

Eby'Omuwandiisi

Ennyanjula

Essuula 1 **Eggulu: Ddungi Era Nga Litangalijja Ng'ejjinja Ery'Omuwendo • 1**
    1. Eggulu Eppya N'ensi Empya
    2. Omugga Ogw'amazzi Ag'obulamu
    3. Namulondo ya Katonda N'ey'Omwana gw'endiga

Essuula 2 **Olusuku Adeni n'ekifo Awalindirwa Eggulu • 23**
    1. Olusuku Adeni eyo Adamu gye Yabeeranga
    2. Abantu Bateekebwateekebwa ku Nsi
    3. Ekifo kye Ggulu Awalindirwa
    4. Abantu abatabeera mu Kifo Awalindirwa

Essuula 3 **Embaga Ey'okumala Emyaka-musanvu • 53**
    1. Okudda kwa Mukama n'Emyaka Omusanvu egy'Embaga ey'Obugole
    2. Ekyasa
    3. Eggulu Ligabibwa Oluvanyuma lw'Olunaku olw'omusango

Essuula 4 **Ebyama bye Ggulu Ebyakisibwa okuva Olubereberye • 79**
    1. Ebyama by'Eggulu eby'akisibwa bya Bikkulwa Okuva Mu Biro Bya Yesu
    2. Ebyama by'Eggulu ebya bikkulibwa eby'ebiro eby'enkomerero
    3. Mu Nnyumba ya Kitange Mulimu Ebifo Bingi

Essuula 5 **Tunaabeera Tutya mu Ggulu?** • 111
    1. Obulamu bw'omu Ggulu Okwataliza Awamu
    2. Ennyambala mu Ggulu
    3. Emmere mu Ggulu
    4. Eby'entambula mu Ggulu
    5. Eby'okusanyusa mu Ggulu
    6. Okusinza, Okusoma, ne Neeyisa mu Ggulu

Essuula 6 **Olusuku lwa Katonda** • 139
    1. Obulungi ne Ssanyu eby'omu Lusuku Lwa Katonda
    2. Bantu ba Kika Ki Abagenda mu Lusuku Lwa Katonda?

Essuula 7 **Obwakabaka obusooka obw'eggulu** • 157
    1. Obulungi bwakyo n'Essanyu Bissukuluma eby'Olusuku lwa Katonda
    2. Bantu ba Kika ki Abagenda mu Bwakabaka Obusooka?

Essuula 8 **Obwakabaka obw'okubiri obw'eggulu** • 173
    1. Ennyumba ez'Obwannanyini Eziweebwa Buli Kinnoomu
    2. Bantu ba Kika Ki Abagenda mu Bwakabaka Obw'okubiri?

Essuula 9 **Obwakabaka obw'okusatu obw'eggulu** • 191
    1. Bamalayika baweereza buli mwana wa Katonda Kinnoomu
    2. Bantu ba Kika ki Abagenda mu Bwakabaka Obw'okusatu?

Essuula 10 **Yerusaalemi Empya** • 209
    1. Abantu mu Yerusaalemi Empya balaba Katonda Maaso ku Maaso
    2. Bantu ba Kika ki Abagenda mu Yerusaalemu Empya?

Essuula 1

Eggulu: Ddungi Era Nga Litangalijja Ng'ejjinja Ery'Omuwendo

1. Eggulu Eppya N'ensi Empya

2. Omugga Ogw'amazzi Ag'obulamu

3. Namulondo ya Katonda N'ey'Omwana gw'endiga

N'andaga omugga ogw'amazzi ag'obulamu,
ogumasamasa ng'endabirwamu,
nga guva mu ntebe
ya Katonda n'ey'Omwana gw'endiga,
wakati w'oluguudo lwakyo.
Era eruuyi n'eruuyi ew'omugga omuti
ogw'obulamu,
ogubala ebibala ekkumi n'ebibiri,
oguleeta ekibala kyagwo buli mwezi:
n'amalagala g'omuti ga kuwonya amawanga.
So teribaayo nate kikolimo:
n'entebe ya Katonda n'ey'Omwana
gw'endiga eneebeeranga omwo:
n'abaddu be banaamuweerezanga,
era banaamulabanga amaaso ge;
era erinnya lye linaabanga mu byenyi byabwe.
So teebenga kiro nate;
so tebeetaaga kumulisa kwa ttabaaza
n'omusana gw'enjuba;
kubanga Mukama Katonda
anaabawanga omusana:
era banaafuganga emirembe n'emirembe.

- Okubikkulirwa 22:1-5 -

Abantu bangi beewunya era ne babuuza, "Kigambibwa nti tusobola okubeera n'obulamu obw'essanyu obutaggwaawo mu ggulu – kifo kya kika ki ekyo?" bw'owuliriza obujjulizi bw'abo ababaddeko mu ggulu, osobola okuwulira nti bangi ku bbo bayise mu mukutu omuwanvu. Kino kiri bwe kityo lwakuba eggulu liri mu nsi ey'omwoyo, ng'eno yanjawulo nnyo n'ensi eno mwe tubeera.

Abo ababeera mu nsi eno ey'ebitundu-ebisatu tebamanyi bikwata ku ggulu mu bujjuvu. Otegeera ebikwata ku nsi eno ey'ebyewunyo, eri waggulu w'ensi eno ey'ebitundu ebisatu, nga Katonda amaze ku gikugambako oba amaaso go ag'omwoyo bwe gaggulibwa. Bw'oba omanyi ebikwata ku nsi eno ey'omwoyo mu bujjuvu, emmeeme yo yokka si y'ejja okuba ensanyufu, wabula n'okukkiriza kwo kujja kukula mangu era ojja kuba omwagalwa eri Katonda. N'olwekyo Yesu yakugamba ebyama by'eggulu okuyita mu ngero nnyingi era omutume Yokaana annyonnyola ebikwata ku ggulu mu bujjuvu mu kitabo ky'okubikkulirwa.

Olwo, Eggulu kifo kya kika ki era banaabeerayo batya? Ojja kutunuulira eggulu mu bufunze, eritangalijja era nga ddungi ng'ejjinja ery'omuwendo, Katonda lyategese okugabana okwagala Kwe n'abaana be olubeerera.

1. Eggulu Eppya N'ensi Empya

Eggulu ery'asooka n'ensi eyasooka Katonda bye yali atonze byali bitangalijja era nga birungi ng'ejjinja ery'omuwendo, naye

3

byakolimirwa olw'obugyeemu bwa Adamu, omuntu eyasooka. Okukula saako okugaziwa kw'amakolero n'enkulaakulana mu sayansi ne tekinologiya n'abyo by'onoonye nnyo ensi eno, era abantu bangi beeyongedde okukubiriza abantu okukuuma obutonde bw'ensi enaku zino.

N'olwekyo, ekiseera bwe kinaatuuka, Katonda ajja kuza ebbali eggulu eryasooka n'ensi eyasooka era ayolese eggulu eppya n'ensi empya. Wadde ensi eno eyonooneddwa nnyo era evunze, ekyetaagisibwa mu kukuza abaana ba Katonda abatuufu abayinza n'abo abaliyingira eggulu.

Olubereberye, Katonda yatonda ensi, n'addako omuntu era na mutwala mu lusuku Adeni. N'amuwa eddembe erisingirayo ddala n'obungi mu buli kimu, nga amukkiriza buli kimu okujjako okulya ku muti ogw'okumanya obulungi n'obubi. Wabula, omuntu, n'akola ekyo kyokka Katonda kye yali amugaanyi, bwatyo n'agobebwa okujja ku nsi kuno. Eggulu ery'asooka n'ensi eyasooka.

Olw'okuba Katonda ayinza byonna yamanya nti omuntu ajja kugenda eri ekkubo ly'okufa, Yali ategese Yesu Kristo nga n'ekiseera tekinnabaawo era n'amutuma n'akka wano ku nsi mu kiseera ekituufu.

N'olwekyo, buli akkiriza Yesu Kristo eyakomererwa n'azuukira ajja kukyusibwa afuuke ekitonde ekigya agende mu ggulu eppya n'ensi empya, yeeyagalire mu bulamu obutaggwaawo.

Obwengula obwa Bbululu obw'Eggulu Eppya Eritangalijja ng'Ejjinja Ery'omuwendo

Obwengula obw'eggulu eppya eryo Katonda lyategese bujjudde empewo ennyonjo okusobola okubufuulira ddala obutangalijja, obutalinaamu kantu kaccaafu konna, era nga buyonjo si nga empewo ey'omu nsi eno. Teebereza obwengula obuli ewala ddala nga bweruddwa bulungi nga buliko ebire ebyeru ttuku. Nga buba bulabika bulungi!

Olwo lwaki Katonda anaakola obwengula obuppya mu langi eya bbululu? Mu by'omwoyo, langi ya bbululu ekuwuliza okuba ng'olaba ebuziba w'ekintu, obuwanvu bw'akyo, n'okuba nti kirongoofu. Amazzi ddala g'aba malongoofu nga bwe galabika mu langi ya bbululu. Bw'otunula mu bwengula engeri gye bwakolebwa mu langi ya bbululu, osobola okuwulira ng'omutima gwo guziddwamu amaanyi. Katonda yawa obwengula bw'ensi eno endabika ya langi eya bbululu, kubanga Yakola emitima gyamwe nga miyonjo era N'akuwa omutima okunoonya Omutonzi. Bw'oba ng'osobola okwatula, nga bw'otunudde eri obwengula obwa bbululu obweruddwa obulungi n'ogamba nti, "Omutonzi wange ateekwa okuba ng'ali waggulu eyo. Buli kintu Yakikola bulungi!" omutima gwo gujja kunaazibwa era ojja kuwalirizibwa okutambulira mu bulamu obulungi.

Watya ng'obwengula bwonna bwali mu langi ya Kyenvu? Abantu mu kifo ky'okuwulira obulungi, bandiwulidde nga tebateredde era nga batabuddwa, era abamu bandifunye n'ebizibu byo bwongo. Mu ngeri y'emu, ebirowoozo by'abantu bisobola okukwatibwako, n'ebiddizibwa buggya, oba n'ebitabulwatabulwa okusinziira ku langi ez'enjawulo. Eyo yensonga lwaki Katonda akoze obwengula bw'eggulu eppya okuba mu langi ya bbululu era n'ateekako ebire ebyeru ttuku abaana Be basobole okubeerawo nga basanyufu ebbanga lyonna n'emitima emitangaavu era emirungi ng'ejjinja ery'omuwendo.

5

Ensi empya ey'eggulu ekoleddwa mu zaabu yennyini n'ebyokwewunda.

Olwo, ensi empya mu ggulu yeeneeba etya? Ku nsi empya ey'eggulu, eyo Katonda gyakoze nga nnyonjo nnyo era ng'etangalijja ng'ejjinja ery'omuwendo, tekujja kuba ttaka oba enfuufu. Ensi empya ejja kuba ng'ekoleddwa mu zaabu yennyini yekka n'ebyokwewunda. Nga kijja kuba kisanyusa okuba mu ggulu nga waliyo enguudo ezimasamasa nga zikoleddwa mu zaabu yennyini n'ebyokwewunda.

Ensi eno erina ettaka, erisobola okukyuka nga wayiseewo ekiseera. Enkyukakyuka eno ekumanyisa ku butaliimu n'okufa. Katonda yaganya ebimera byonna okukula, okubala ebibala n'okufa nga bidda mu ttaka osobole okukitegeera nti ddala obulamu bulina lwe bukoma ku nsi eno.

Eggulu likoleddwa mu zaabu yennyini n'ebyokwewunda ebitakyuka, kubanga eggulu nsi eya ddala etaggwaawo. Era ng'ebimera bwe bikula ku nsi, bijja kukula ne mu ggulu bwe binaasimbibwa. Wabula, byo tebifa, oba okusaanawo si nga eby'okunsi kuno.

Kyokka nga, ensozi n'ebizimbe eby'amaanyi ebyakalina n'abyo bikoleddwa mu zaabu owa ddala n'ebyokwewunda. Nga bijja kuba bimasamasa era nga birungi nnyo! Olina okuba n'okukkiriza okwaddala osobole obutasubwa bulungi buno n'essanyu ery'eggulu ebitasoboka kunyonyolwa bulungi na bigambo byonna.

Okubulawo okw'Eggulu Eryasooka N'ensi Eyasooka

Kiki ekinaatuuka ku ggulu eryasooka n'ensi eyasooka, eggulu

lino eppya eddungi, n'ensi empya nga bizze?

Ne ndaba entebe ey'obwakabaka ennene enjeru, n'oyo eyali agituddeko, eggulu n'ensi ne bidduka mu maaso ge era tebyazuulirwa na kifo (Okubikkulirwa 20:11).

Ne ndaba eggulu eriggya n'ensi empya: kubanga eggulu ery'olubereberye n'ensi ey'olubereberye nga bigenze: n'ennyanja nga tekyaliwo (Okubikkulirwa 21:1).

Abantu abateekateekeddwa ku nsi kuno bwe bali yawulwamu abalungi n'ababi, eggulu ery'asooka n'ensi eyasooka bijja kuvaawo. Kino kitegeeza nti tebijja kubulirawo ddala wabula bijja kuteekebwa mu kifo ekirala.

Olwo, lwaki Katonda akyusa eggulu ery'asooka n'ensi eyasooka okubiteeka mu kifo ekirala mu kifo ky'okubyegirako ddala? Ensonga eri nti, abaana Be abalibeera mu ggulu bajja kuba baagala okulaba kuggulu ery'asooka n'ensi eyasooka bwe banaabigirawo ddala. Wadde baalabirayo ennaku n'okubonabona mu ggulu ery'asooka n'ensi eyasooka, olumu bajja kwagalanga okubirabako kubanga byaliko amaka gaabwe. N'olwekyo okumanya kino, Katonda kwagala abaako w'abiteeka mu nsi, era tajja kubibulizaawo ddala.

Ensi eno mw'obeera nsi etaggwayo, era nga waliyo n'essengendo endala, N'olwekyo Katonda ajja kubaako akasonda k'ensi mwateeka eggulu ery'asooka n'ensi eyasooka. N'olwekyo Katonda ajja kuteeka eggulu ery'asooka n'ensi eyasooka mu kasonda akamu ak'ensi aganye abaana Be okubikyaliranga buli weebagalira.

Tewalibaawo maziga, nnaku, okufa newankubadde okulumwa

Eggulu eppya n'ensi empya, eyo abaana ba Katonda abaalokolebwa olw'okukkiriza gye balibeera, nga tebaliba na kikolimo nate era nga bajjudde essanyu. Mu kubikkulirwa 21:3-4, osanga nti teri maziga, nnaku, okufa, okukaaba, okulumwa, mu ggulu kubanga eyo Katonda gyabeera.

Ne mpulira eddoboozi eddene eriva mu ntebe nga lyogera nti "Laba, eweema ya Katonda awamu n'abantu, era anaatuulanga wamu nabo, nabo banaabeeranga bantu be, naye Katonda yennyini anaabeeranga wamu nabo, Katonda waabwe: naye alisangula buli zziga mu maaso gaabwe; era okufa tekulibaawo nate; so tewaabengawo nate nnaku newankubadde okukaaba newankubadde okulumwa: eby'olubereberye nga biweddewo."

Nga kiba kya nnaku singa oba ofa enjala n'abaana bo, ng'abaana bo bakaaba kubanga enjala ebaluma tebalina kya kulya, naye ate kyandibadde kya mugaso ki singa omuntu ajja n'agamba "Enjala ekuluma etuuse n'okukukaabya," era n'asangula amaziga go, naye n'atakuwa kintu kyonna? Olwo obuyambi bwe nnyini wano bwe buliwa? Alina okubaako eky'okulya kyakuwa olwo ggwe n'abaana bo n'emulema okufa enjala. Olwo ng'ekyo kiwedde, olwo amaziga g'obadde okaaba n'abaana bo lwe gayinza okukala. Mu ngeri y'emu, okugamba nti Katonda ajja kusangula amaziga mu maaso go, ekyo kitegeeza nti bw'oba omulokole era n'ogenda mu ggulu, tejja kuba kweraliikirira nate kubanga teri maziga, teri kufa, nnaku, kukaaba, oba okulumwa mu ggulu.

Ku ludda olulala, wadde okkiririza mu Katonda oba nedda, olina okubaako ennaku ekubonyabonya bw'oba ku nsi eno. Abantu ab'ensi bajja kunakuwala nnyo, wadde nga si kinene ekibatuseeko babonaabona. Ku ludda olulala abo abakkiriza bajja kukungubaga n'okwagala saako okusaasira abo abanaatera okulokolebwa.

Wabula bw'ogenda mu ggulu, ojja kuba tolina kubonaabona n'abibi, n'olwekyo teyinza kuba nnaku yonna.

Ku nsi kuno, bw'ojjula ennaku, okaaba. Wabula yo mu ggulu, teba kyetaagisa kukaaba kubanga tejja kuba ndwadde yonna oba okwerariikirira. Wajja kubaayo ssanyu gyereere eritaggwaawo.

2. Omugga Ogw'amazzi Ag'obulamu

Mu ggulu, omugga ogw'amazzi ag'obulamu, agatangalijja ng'ejjinja ery'omuwendo, gukulukutira wakati w'oluguudo olusinga obunene. Okubikkulirwa 22:1-2 wannyonyola omugga guno Ogw'amazzi Ag'obulamu, era oteekwa okuba omusanyufu okugukuubyamu obukubi akafaananyi.

N'andaga omugga ogw'amazzi ag'obulamu, ogumasamasa ng'endabirwamu, nga guva mu ntebe ya Katonda n'ey'Omwana gw'endiga wakati w'oluguudo lwakyo. Era eruuyi n'eruuyi ew'omugga omuti ogw'obulamu, ogubala ebibala ekkumi n'ebibiri, oguleeta ekibala kyagwo buli mwezi: n'amalagala g'omuti ga kuwonya amawanga.

Nali mpuzeeko mu mazzi amatangaavu obulungi ag'oguyanja oguyitibwa Pacific, era amazzi gaali matangaavu bulungi nga ndaba n'ebimera saako ebyenyanja ebiri wansi waagwo. Kyali kirungi nnyo nti nali musanyufu nnyo okuba mu mazzi ago. Ne munsi eno, oyinza okuwulira omutima gwo nga giziddwa bugya era nga gunaaziddwa bw'otunula mu maazi amatangaavu obulungi. Nga oyinza okuba omusanyufu ennyo mu ggulu eyo omugga ogw'amazzi ag'obulamu, agatangalijja ng'ejjinja ery'omuwendo, gye gakulukutira wakati w'oluguudo olunene!

Omugga ogw'amazzi Ag'obulamu

Ne munsi eno, bw'otunuulira ennyanja erina amazzi amayonjo, ng'omusana gugikubamu ekimyanso ebeera emasamasa bulungi nnyo. Omugga ogw'amazzi ag'obulamu mu ggulu g'alina langi eya bbululu bwo gabeera ewala, naye bw'ogatunuulira ng'ogasemberedde, g'aba mayonjo nnyo, nga tegaliimu kantu konna, nga matukuvu ng'oyinza okugamba nti "gatangalijja ng'ejjinja ery'omuwendo"

Olwo, lwaki, omugga ogw'amazzi ag'obulamu gukulukuta nga guva mu Namulondo ya Katonda n'ey'Omwana gw'endiga? Mu by'omwoyo, amazzi g'aba gategeeza Ekigambo kya Katonda, nga ye mmere ey'obulamu, era ofuna obulamu obutaggwaawo okuyita mu kigambo kya Katonda. Yesu agamba mu Yokaana

4:14, *"naye anywa amazzi ago nze ge ndimuwa ennyonta terimulumira ddala emirembe gyonna; naye amazzi ge ndimuwa ganaafuukanga munda mu ye ensulo y'amazzi nga gakulukuta okutuuka ku bulamu obutaggwaawo."* Ekigambo kya Katonda ge mazzi ag'obulamu obutaggwaawo agakuwa obulamu, era yensonga lwaki omugga ogw'amazzi ag'obulamu gukulukuta nga guva mu Namulondo ya Katonda n'ey'Omwana gwe Ndiga.

Olwo, Amazzi ag'obulamu ganaawooma gatya? Mazzi agawoomerera ennyo g'otayinza kusanga mu nsi muno, era ojja kuwulira ng'ozeemu amaanyi bw'onooganywako. Katonda y'awa abantu Amazzi ag'obulamu, naye Adamu bwe yamala okugwa, amazzi g'ensi eno gaakolimirwa wamu n'ebintu ebirala byonna. Okuva olwo, abantu tebasobodde kunywa ku mazzi ag'obulamu ku nsi kuno. Ojja kusobola okuganywako ng'omaze kugenda mu ggulu. Abantu ku nsi eno banywa amazzi amakyafu era banoonya eby'okunywa ebikole nga ssooda mu kifo ky'amazzi. Mungeri y'emu, amazzi g'omu nsi eno tegasobola kuwa obulamu obutaggwaawo, okujjako amazzi ag'obulamu ag'omuggulu. Ekigambo kya Katonda, kiwa obulamu obutaggwaawo. Gawoomerera okusinga omubisi gwe njuki n'okusinga ebyo ebiyiika okuva mu bisenge bye njuki, era g'awa omwoyo gwo amaanyi.

Omugga gukulukuta okwetoloola eggulu lyonna

Omugga Ogw'amazzi Ag'obulamu ogwo ogukulukuta okuva mu Namulondo ya Katonda n'ey'Omwana Gw'endiga gulinga omusaayi ogukuuma obulamu olw'okwetoloolera mu mubiri gwo. Gukulukuta nga gwetoloola eggulu lyonna nga gukulukutira wakati w'oluguudo olunene, era n'egukomawo mu namulondo ya Katonda. Olwo, lwaki, Omugga guno ogw'amazzi ag'obulamu gukulukuta nga bwe gwetoloola eggulu lyonna nga gukulukutira wakati w'oluguudo olunene?

Okusookera ddala, omugga guno ogw'amazzi ag'obulamu lye kkubo erisinga obwangu erigenda eri Namulondo ya Katonda. N'olwekyo, okugenda mu Yerusaalemi Empya eyo Namulondo ya Katonda gyesangibwa, ogoberera bugoberezi oluguudo olukoleddwa mu zaabu yennyini oluli eruuyi n'eruuyi w'omugga.

Eky'okubiri, mu kigambo kya Katonda, mwe muli ekkubo erigenda mu ggulu, era engeri yokka gy'osobola okuyingira eggulu kwe kugoberera ekkubo lino ery'ekigambo kya Katonda. Nga Yesu bwagamba mu Yokaana 14:6, *"Nze kkubo, n'amazima n'obulamu: tewali ajja eri Kitange, wabula ng'ayita mu nze,"* waliwo ekkubo erigenda mu ggulu mu kigambo kya Katonda eky'amazima. Bw'otambulira mu Kigambo kya Katonda, osobola okuyingira eggulu eyo ekigambo kya Katonda, omugga ogw'amazzi ag'obulamu, gye gukulukutira.

Mu ngeri y'emu, Katonda yakola eggulu mu ngeri nti bw'ogoberera obugoberezi Omugga ogw'amazzi ag'obulamu, osobola okutuuka ku Yerusaalemi Empya eyo Namulondo ya Katonda gyesangibwa.

Omusenyu ogwa Zaabu ne Feeza ku Mbalama z'Omugga

Kiki ekiribaawo ku mbalama z'omugga ogw'amazzi ag'obulamu? Osooka kulaba omusenyu ogwa zaabu ne feeza nga amaaso go tegagumalaayo kyokka nga gumalawo ekitundu ekinene. Omusenyu mu ggulu mwetoloovu era mugonvu nnyo nti tugujja kukwatira ku ngoye zo n'ebwoba ogwevulunguddemu. Era, waliwo entebe engovu obulungi nga zikoleddwa mu zaabu n'ebyokwewunda. Bw'otuula ku emu ku ntebe ne mikwano gyo nga bwe munyumyaamu, bamalayika abalungi ennyo bajja n'eba baweereza.

Ku nsi kuno, osobola okwegomba ba malayika, naye mu ggulu ba malayika bajja kuba bakuyita "Mukama waffe" era nga bakuweereza nga bw'oyagala. Bw'oba oyagala kulya ku kibala, bamalayika bajja kuleeta ekibala ekyo mu kisero ekiwundiddwa n'ebyokwewunda oba ebimuli era amangu ago bakikuweerewo.

Era, ku njuyi zombi ez'omugga ogw'amazzi ag'obulamu waliwo ebimuli ebirungi ennyo nga birina langi nnyingi, ebinyonyi, ebiwuka, n'ebisolo. Byonna bikuweereza nga mukama waabyo era naawe osobola okugabana okwagala kwo n'abyo. Banange eggulu lino nga lyewunyisa ate nga ddungi bulala okuba n'omugga ogw'ekika kino omugga ogw'amazzi ag'obulamu!

Omuti Ogw'obulamu ku Njuyi Zombi ez'Omugga

Okubikkulirwa 22:1-2 wannyonyola mu bujjuvu omuti ogw'obulamu oguli ku njuyi zombi ez'omugga ogw'amazzi ag'obulamu.

N'andaga omugga ogw'amazzi ag'obulamu, ogumasamasa ng'endabirwamu, nga guva mu ntebe ya Katonda n'ey'Omwana gw'endiga, wakati w'oluguudo lwakyo. Era eruuyi n'eruuyi ew'omugga omuti ogw'obulamu, ogubala ebibala ekkumi n'ebibiri, oguleeta ekibala kyagwo buli mwezi: n'amalagala g'omuti ga kuwonya amawanga.

Olwo, lwaki, Katonda atadde omuti ogw'obulamu ogubala ebibala ekkumi n'ebibiri eruuyi n'eruuyi ew'omugga?

Okusooka mu byonna, Katonda yayagala abaana Be bonna abayingidde eggulu okuwulira obulungi n'obulamu obw'eggulu. Era yayagala n'okubajjukiza nti baali babala ebibala eby'Omwoyo Omutukuvu bwe baatambuliranga mu kigambo kya Katonda, nga bwe baali bajja emmere mu ntuuyo z'ebibatu byabwe.

Olina okuzuula ekintu kimu wano. Okubala ebibala ekkumi n'ebibiri tekitegeeza nti omuti gumu gubala ebibala by'abika kumi n'abibiri naye buli muti ku miti egy'obulamu egy'enjawulo kkumi n'ebiri kubalako ekika kye kibala kimu. Mu Baibuli, osobola okukiraba nti ebika ekkumi n'ebibiri eby'aba Israeri byagunjibwayo okuyita mu baana ba Yakobo ekkumi n'ababiri, era okuyita mu bika bino ekkumi n'ebibiri, eggwanga lya Israeri lyatondebwawo n'amawanga agakkiririza mu bukristaayo gatondeddwawo okwetoloola ensi yonna. Ne Yesu yalonda abayigirizwa kkumi n'ababiri, era enjiri ebuuliddwa era n'ebunyizibwa amawanga gonna okuyita mu bbo n'abagoberezi baabwe.

N'olwekyo, ebika by'ebibala ekkumi n'ebibiri eby'omuti ogw'obulamu kabonero akalaga nti omuntu yenna okuva mu nsi yonna, bwagoberera okukkiriza, asobola okubala ekibala eky'Omwoyo Omutukuvu era n'ayingira eggulu.

Bw'olya ku kibala ekirungi era nga kirina langi esikiriza obulungi eky'oku muti ogw'obulamu, ojja kuddizibwamu amaanyi era owulire nga weeyongeddeko essanyu. Era, bwe kinogolwako, ekirala kijja kudizibwawo, n'olwekyo tebiriggwako.

Amalagala ag'omuti ogw'obulamu ga kiragala omukwafu era nga gamasamasa, era gajja kusigala bwe gatyo olubeerera kubanga tegavaako kugwa oba okuliibwa. Ebikoola bino ebya kiragala omukwafu era ng'amasamasa binene nnyo okusinga ebikoola by'oku nsi kuno, era nga bikula mu ngeri ennungi.

3. Namulondo ya Katonda N'ey'Omwana gw'endiga

Okubikkulirwa 22:3-5 wannyonyola ekifo Namulondo ya Katonda w'eri n'ey'Omwana gw'endiga nti ziri wakati we ggulu.

So teribaayo nate kikolimo: n'entebe ya Katonda n'ey'Omwana gw'endiga eneebeeranga omwo: n'abaddu be banaamuweerezanga, era banaamulabanga amaaso ge era erinnya lye linaabanga mu byenyi byabwe. So teebenga kiro nate, so tebeenga kumulisa kwa ttabaaza n'omusana gw'enjuba kubanga Mukama Katonda anaabawanga omusana era banaafuganga emirembe.

Namulondo eri wakati w'Eggulu

Eggulu kye kifo eky'olubeerera Katonda gyabeera n'okwagala saako obutuukirivu. Mu Yerusaalemi Empya ekiri wakati w'eggulu, we wali Namulondo ya Katonda n'ey'Omwana gw'endiga. Wano Omwana gw'endiga bategeeza Yesu Kristo (Okuva 12:5; Yokaana1:29; 1 Peetero 1:19).

Si buli muntu nti asobola okuyingira ekifo Katonda gyasinga okubeera. Kisangibwa mu bbanga ery'ekitundu ekirala okuva ku Yerusaalemi Empya. Namulondo ya Katonda mu kifo kino nnungi nnyo nnyo era nga nkyamufu okusinga eyo ey'omu Yerusaalemi Empya.

Namulondo ya Katonda mu Yerusaalemi Empya weewo Katonda yennyini w'akka abaana Be bwe baba basinza oba nga balina embaga. Okubikkulirwa 4:2-3 wanyonyola Katonda ng'atudde ku Namulondo Ye.

> *Amangu ago nnali mu Mwoyo: era laba, entebe ey'obwakabaka yali ng'eteekeddwawo mu ggulu, era nga waliwo eyali atudde ku ntebe; naye eyali atudde yali afaanana ng'ejjinja erya yasepi n'erya sadio okulabika: era nga waliwo ne Musoke okwetooloola entebe eyali afaanana nga zumaliidi okulabika.*

Okwetoloola Namulondo waliwo abakadde abiri mu bana abatudde, abaambadde eby'eru n'engule eza zaabu ku mitwe gyabwe. Mu maaso ga Namulondo we wali Emyoyo Omusanvu egya Katonda n'ennyanja eya giraasi, ng'etangalijja ng'ejjinja ery'omuwendo. Wakati n'okwetoloola Namulonda we wali ebintu ebiramu n'abakyaza mu ggulu saako bamalayika.

Ate era, Namulondo ya Katonda ejjudde amataala. Nnungi nnyo, esanyusa nnyo, ya kitiibwa, ya muwendo, era nga nnenne okusinga n'omuntu kyayinza okulowoozaako. Era, ku mukono ogwa ddyo ogwa Namulondo ya Katonda ye Namulondo y'Omwana gw'endiga, mukama waffe Yesu. Ddala ya njawulo ku Namulondo ya Katonda, Naye Katonda Obusatu, Kitaffe,

Omwana, n'Omwoyo Omutukuvu, alina omutima gwe gumu, embala y'emu, n'amaanyi.

Ebisingawo ku Namulondo ya Katonda bijja kunnyonnyolwa *mu Kitabo eky'Okubiri eky'Eggulu* ekituumiddwa *"Ekijjudde Ekitiibwa kya Katonda."*

Teri kiro era Teri Misana

Katonda yafuga mu ggulu n'ensi, n'okwagala Kwe saako obwenkanya ku Namulondo Ye eyo emasamasa olw'ekitangaala ekitukuvu era ekirungi eky'ekitiibwa. Namulondo eri wakati w'eggulu era emabbali g'ayo we wali Namulondo y'Omwana gw'Endiga, era nga n'ayo emasamasa olw'ekitangaala ky'ekitiibwa. N'olwekyo, eggulu teryetaaga musana, oba enjuba, oba ettaala lyonna oba amasanyalaze okuliwa ekitangaala. Teri kiro oba misana mu ggulu.

Ye banange, Abaebulaniya 12:14 wabakubiriza nti *"Mugobererenga emirembe eri abantu bonna, n'obutukuvu, awatali obwo siwali aliraba Mukama."* Yesu mu Matayo 5:8 akusuubiza nti *"Balina omukisa abalina omutima omulongoofu, kubanga abo baliraba Katonda."*

N'olwekyo, abo abakkiriza ab'egyako buli bubi mu mitima gyabwe era n'ebagondera ekigambo kya Katonda mu bujjuvu basobola okulaba amaaso ga Katonda. Okutuuka ku ssa nti bafaanana Mukama, abakkiriza abo bajja kuweebwa omukisa mu nsi eno, era babeera okumpi ne Namulondo ya Katonda ne mu ggulu.

Abantu abo abasobola okulaba ku maaso ga Katonda nga bajja kuba basanyufu, era ne ba Muweereza nga bwe bagabana

Naye okwagala olubeerera! Wabula, nga bw'otasobola kutunula mu musana mwennyini olw'ekitangaala kyagwo, abo abatafaanana mutima gwa Mukama tebasobola kulabira Katonda kumpi.

Okweyagalira mu Ssanyu Lye Nnyini Ery'olubeerera mu Ggulu

Osobola okweyagalira mu ssanyu ery'addala mu buli kimu ky'okola mu ggulu kubanga kye kirabo ekikyasingiddeyo ddala Katonda kyategese n'omukwano ogusukulumye ogw'abaana Be. Bamalayika bajja kuweereza abaana ba Katonda, nga bwe kyogerwa mu Abaebbulaniya 1:14, *"Bonna si gy'emyoyo egiweereza nga gitumibwa okuweereza olw'abo abagenda okusikira obulokozi?"* Ng'abantu bwe balina ebigera by'okukkiriza eby'enjawulo, n'obunene bw'enyumba n'omuwendo gw'abamalayika abaweereza n'agwo gujja kwawukana okusinziira ku muntu kyakoze okufaanana Katonda.

Bajja kuweerezebwa ng'abalangira n'abambejja kubanga bamalayika bajja kuba basoma ebirowoozo by'abakama baabwe abo be baweereddwa okuweereza era n'ebategeka ekintu kyonna kye banaaba bagala. Ate era, ebisolo n'ebimera bijja kwagala abaana ba Katonda era bibaweereze. Ebisolo mu ggulu bijja kugondera abaana ba Katonda mu ggulu mu mbeera yonna era ebiseera ebimu n'ebigezaako okubayiyiizaayo akantu akalungi okusobola okubasanyusa kubanga tebalina kibi kyonna.

Ye ate ebimera mu ggulu? Buli kimera kirina akawoowo akalungi ate nge kikalina kyokka. Era buli abaana ba Katonda bwe banaabisembereranga, nga bifulumya akawoowo ako,

Ebimuli nga bifulumya akawoowo akasinga obulungi eri abaana ba Katonda. Era akawoowo ako kagenda wala n'ekabuna okutuuka n'ewala ddala. Era akawoowo ako era kadizibwawo bwe kaba kakafulumizibwa.

Era, n'ebibala by'emiti egy'obulamu ekkumi n'ebibiri byonna biwooma mu ngeri yaabyo. Bw'owunya ku kawoowo k'ebimuli oba n'olya ku muti gw'obulamu, ojja kuddizibwamu amaanyi era owulire essanyu eritasobola kugerageranyizibwa ku kintu kyonna mu nsi eno.

Era, ekitali ku bimera by'ensi eno, ebimmuli eby'omu ggulu bijja ku megereranga abaana ba Katonda bwe banaabituukirira. Bijja n'akuziniramu bakama baabyo era abantu basobola n'okunyumya n'abyo.

Omuntu yenna n'ebwanoga ekimuli kyonna, tekijja kulumwa oba okuwulira obubi, wabula okuddizibwawo amaanyi ga Katonda. Ekimuli ekinogeddwa kijja kuggwerera mu bbanga era kibule. Ekibala ekiririddwa abantu n'akyo kijja kuggwerera ng'obuwoowo obulungi era kibulire mu kussa.

Waliwo ebika by'embeera y'obudde bina mu ggulu, era abantu basobola okweyagalira mu nkyukakyuka y'obudde yonna. Abantu bajja kuwulira okwagala kwa Katonda nga beeyagalira mu bintu eby'enjawulo ebijjira mu buli kika ky'embeera y'obudde: obw'ebbugumu etonotono, obw'ebbugumu eringi, ebikoola webigwiira okuva ku miti, n'obunyogovu. Kati omuntu ayinza okubuuza, "tunaasigala tukyabonabona n'okwokya okw'embeera y'obudde obw'ebbugumu eringi, oba obutiti obw'omu mbeera y'obudde obunyogovu mu ggulu?" wabula embeera y'obudde mu ggulu, ereetawo embeera etuukiridde ey'abaana ba Katonda okubeeramu, era tebajja kubonabona n'akwokya oba okunyogoga okw'embeera y'obudde yonna.

Wadde emibiri egy'omwoyo tegisobola kuwulira bunyogovu oba kwokya wadde nga giri mu bifo ebyokya oba ebinyogoga, gisobola okuwulira empewo eweweera oba ebbuguma. N'olwekyo tewali muntu yenna ajja kubonabona na kwokya oba okunyogoga ebiva mu mbeera y'obudde mu ggulu.

Mu mbeera y'obudde ebikoola mwe bigwiira, Abaana ba Katonda basobola okunyumirwa ebikoola ebirungi ebiba bigudde, ate mu mbeera y'obudde ey'obunyogovu basobola okulaba omuzira omweru. Bajja kusobola okweyagalira mu bulungi obusingirayo ddala okusinga ekintu kyonna mu nsi. Ensonga lwaki Katonda akoze embeera z'obudde za bika bina mu ggulu kwe kuleka abaana Be okusobola okumanya nti buli kimu kye bagala wekiri kitegekeddwa bbo okweyagaliramu mu ggulu. Era, kya kulabirako eky'okwagala Kwe okumatiza abaana Be singa bawulira nti bandyagadde okulaba ku nsi eyo gye baateekerwateekerwa okutuusa lwe bafuuka abaana ba Katonda abatuufu.

Eggulu liri mu nsi ey'e-mitendera ena etasobola kugeregeranyizibwa na nsi eno. Lijjude okwagala kwa Katonda n'amaanyi, era ebyo ebibeerayo n'okukolebwayo tebiggwaayo abantu bye batasobola n'akukubyaamu bufaananyi. Ojja kwongera okuyiga ku bulamu bw'abakkiriza obujjudde essanyu eritaggwaawo mu ggulu mu ssuula 5.

Abo bokka amanya gaabwe agawandiikiddwa mu kitabo ky'abalamu eky'Omwana gw'endiga beebasobola okuyingira mu ggulu. Nga bwe kyawandiikibwa mu kubikkulirwa 21:6-8, nti oyo yekka anywa ku Mazzi ag'Obulamu era n'afuuka omwana wa Katonda yasobola okusikira obwakabaka bwa Katonda.

N'ang'amba nti, "Bituukiridde". Nze ndi Alufa ne Omega, okusooka n'enkomerero. Ndimuwa buwa alina ennyonta okunywa mu luzzi olw'amazzi ag'obulamu buwa. Awangula alisikira ebyo: nange nnaabeeranga Katonda we, naye anaabanga mwana wange. Naye abati, n'abatakkiriza, n'abagwagwa, n'abassi, n'abenzi, n'abalogo, n'abasinza ebifaananyi, n'balimba bonna, omugabo gwabwe gulibeera mu nnyanja eyaka n'omuliro n'ekibiriiti; kwe kufa okw'okubiri.

Mulimu mukulu omuntu okutya Katonda n'okukwatanga ebiragiro Bye (Mubuulizi 12:13). N'olwekyo bw'otatya Katonda oba n'omenya amateeka Ge n'ogenda mu maaso n'okwonoona wadde ng'omanyi nti oyonoona, tosobola kuyingira mu ggulu. Abantu ababi, abassi, abenzi, abalogo, n'abasinza ebifaananyi abo abasukulumye ku magezi amazaale tebayinza kugenda mu ggulu. Baava ku Katonda, n'ebasinza emizimu, n'ebakkiririza mu bakatonda abagwira nga bagoberera omulabe Sitaani

Era, abo abalimba Katonda ne bamuwuddiisa, ne boogera obubi n'okuvvoola Omwoyo Omutukuvu tebaliyingira ggulu. Nga bwe nannyonnyola mu kitabo ekiyitibwa Ggeyeena, abantu bano bajja kubonabona n'ebibonerezo ebitaggwaayo mu ggeyeena.

N'olwekyo, Nsaba mu linnya lya Mukama nti tojja kukkiriza bukkiriza Yesu Kristo ofune obuyinza okufuuka omwana wa

21

Eggulu I

Katonda, naye n'okweyagalira mu ssanyu eritaggwaawo mu ggulu lino eddungi eritangalijja ng'ejjinja ery'omuwendo ng'ogoberera ekigambo kya Katonda.

Essuula 2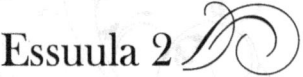

Olusuku Adeni n'ekifo Awalindirwa Eggulu

1. Olusuku Adeni eyo Adamu gye Yabeeranga
2. Abantu Bateekebwateekebwa ku Nsi
3. Ekifo kye Ggulu Awalindirwa
4. Abantu abatabeera mu Kifo Awalindirwa

*Mukama Katonda n'asimba olusuku
mu Adeni ku luuyi olw'ebuvanjuba;
n'ateeka omwo omuntu gwe yabumba.
Mukama Katonda n'ameza mu
nsi buli muti ogusanyusa amaaso,
omulungi okulya;
n'omuti ogw'obulamu wakati mu lusuku,
n'omuti ogw'okumanya obulungi n'obubi.*

- Olubereberye 2:8-9 -

Adamu, omuntu eyasooka Katonda gwe yatonda, yabeeranga mu lusuku Adeni ng'omwoyo omulamu ng'awuliziganya ne Katonda. Wabula, nga wayiseewo ekiseera ekiwanvu, Adamu yazza ekibi ky'obujeemu ng'alya ku muti ogw'okumanya obulungi n'obubi Katonda gwe yali abagaanyi. Era ekyavaamu, omwoyo, nga ye mukama w'omuntu, gw'afa. Yagobebwa mu lusuku Adeni era n'aba ng'alina okubeera ku nsi kuno. Kati omwoyo gwa Adamu ne Kaawa gw'afa era empuliziganya gye yalina ne Katonda yasalibwako. Okubeera ku nsi eno ekolimiddwa, olowooza baasuubwa kye nkana ki Olusuku Adeni?

Katonda amanyi byonna, yali yamanya dda ku bw'onoonyi bwa Adamu era n'ategekerawo Yesu Kristo, era bwatyo n'aggulawo ekkubo ly'obulokozi ekiseera bwe kyatuuka. Buli muntu alokolebwa olw'okukkiriza ajja kusikira eggulu eritasobola kugeraageranyizika ku Lusuku Adeni.

Yesu bwe yamala okuzuukira era n'agenda waggulu mu ggulu, Akoze ekifo awookulindira eky'abo abantu abalokole webagira nga babeera okutuuka ku lunaku olw'enkomerero, ng'abategekera ebifo eby'okubeeramu. Katutunuulire olusuku Adeni n'ekifo awokulindira eggulu okusobola okutegeera obulungi eggulu.

1. Olusuku Adeni eyo Adamu gye Yabeeranga

Olubereberye 2:8-9 wannyonyola Olusuku Adeni. Wano omusajja eyasooka n'omukazi Katonda be yatonda, Adamu ne Kaawa, gye baaberanga.

Mukama Katonda n'asimba olusuku mu Adeni ku luuyi olw'ebuvanjuba; n'ateeka omwo omuntu gwe yabumba. Mukama Katonda n'ameza mu nsi buli muti ogusanyusa amaaso, omulungi okulya; n'omuti ogw'obulamu wakati mu lusuku, n'omuti ogw'okumanya obulungi n'obubi.

Olusuku Adeni kyali ekifo Adamu, omwoyo omulamu, gye yali agenda okubeera, n'olwekbyo kyali kirina okubaako w'ekiteekebwa mu nsi ey'omwoyo. Olwo, olwaleero ddala olusuku Adeni, amaka g'omuntu eyasooka Adamu, luli ludda wa?

Ekifo Awasangimbwa Olusuku Adeni

Katonda ayogedde ku "Ggulu erissuka mu limu" mu byawandiikibwa bingi mu Baibuli okukumanyisa nti waliwo ebbanga eddala mu nsi ey'omwoyo okussukuluma ku bwengula bw'olaba n'amaaso go. Yakozesa ebigambo "eggulu n'eggulu" okusobola okukumanyisa ebbanga eddala mu nsi ey'omwoyo

Laba, Mukama Katonda wo ye nannyini ggulu, n'eggulu erya waggulu, ensi era n'ebigirimu byonna (Ekyamateeka olw'okubiri 10:14).

Yakola ensi olw'obuyinza bwe, yanyweza ebintu byonna olw'amagezi ge, era yabamba eggulu olw'okutegeera kwe (Yeremiya 10:12).

Mumutendereze, mmwe eggulu ly'eggulu. Nammwe amazzi agali waggulu w'eggulu! (Zabbuli 148:4)

N'olwekyo, olina okukitegeera nti "eggulu" teritegeeza obwengula obwo bwokka bwolaba n'amaaso go. Obwo ly'Eggulu Erisooka omusana, n'omwezi, n'emunyeenye webisangibwa, kyokka nga waliyo n'eggulu ery'okubiri n'eryokusatu eby'ensi ey'omwoyo. Mu 2 Bakkolinso 12, Paulo omutume ayogera ku ggulu Ery'okusatu. Eggulu lyonna okuva ku lusuku lwa Katonda okutuuka ku Yerusaalemi Empya ery'omu ggulu ery'okusatu.

Paulo omutume yali abaddeko mu lusuku lwa Katonda, ekifo ky'abo abalina okukkiriza okusembayo, era nga kye kisembayo okuba ewala ne Namulondo ya Katonda. Era eyo gye yawulirira ebyama by'eggulu. Era, n'ayogera nti "by'ebintu" omuntu by'atakkirizibwa kwogera."

Olwo, eggulu ery'okubiri nsi ya mwoyo Kika ki? Eno ya njawulo ku Ggulu ery'okusatu, era eno olusuku Adeni gyerusangibwa. Abantu bangi baali balowooza nti olusuku Adeni lusangibwa ku nsi kuno. Bakakensa mu Baibuli n'abo abaginoonyerezaako, bakakensa mu bifo, b'ongedde okunoonyereza n'okusoma ku kifo ekiyitibwa Mesopotamia n'okukyetoloola, n'ebasoma ku nsulo eziva ku migga Euphrates ne Tigris ebisangibwa wakati w'oku semazinga ey'ebuva njuba eyitibwa middle East. Naye tebazuulanga kintu kyonna kyekuusa ku lusuku Adeni. Ensonga lwaki abantu tebasobola kuzuula Olusuku Adeni ku nsi eno lwakuba lusangibwa mu ggulu ery'okubiri mu nsi ey'omwoyo.

Eggulu ery'okubiri era kye kifo eky'emyoyo emibi egyo egyagobebwa okuva mu ggulu ery'okusatu oluvanyuma lw'okugyeema kwa Lusifa. Olubereberye 3:24 w'agamba, *"Bw'atyo n'agoba omuntu; n'azzaamu ebuvanjuba mu lusuku Adeni bakerubi era n'ekitala ekimyansa ekikyukakyuka okukuumanga ekkubo ery'omuti ogw'obulamu."* Katonda kino yakikola okuziyiza emyoyo emibi okuddamu okufuna obulamu obutaggwaawo nga giyingira olusuku Adeni n'okulya ku muti ogw'obulamu.

Wankaaki w'oku Lusuku Adeni

Kati saagala ogambe nti eggulu ery'okubiri liri waggulu w'eggulu erisooka, nti era eggulu ery'okusatu liri waggulu w'eggulu ery'okubiri. Tosobola kutegeera bbanga lya nsi ey'ebitundu-ebina n'okusingawo n'okutegeera saako amagezi ag'ensi ey'ebitundu ebisatu. Olwo, eggulu erissuka mu limu likoleddwa litya? Ensi ey'ebitundu-ebisatu gy'olaba n'eggulu ery'omwoyo biringa ebyayawulwa naye ate mu kiseera kye kimu birina bwe biyingira mu binaabyo era zirina bwe zikwataganamu. Waliwo wankaaki ezikwataganya ensi ey'ebitundu-ebisatu n'ensi ey'omwoyo.

Wadde tosobola kuziraba, wankaaki zigatta Eggulu Erisooka ku lusuku Adeni mu Ggulu ery'okubiri. Era waliyo ne wankaaki ezigenda eri Eggulu Ery'okusatu. Wankaaki zino tezisangibwa waggulu nnyo, naye awo nga ku buwanvu b'webire by'oyinza okulabira waggulu mu nnyonyi.

Mu Baibuli, osobola okukizula nti waliyo wankaaki omuyitibwa okugenda mu ggulu (Olubereberye 7:11; 2 Bassekabaka 2:11; Lukka 9:28-36; Ebikolwa by'abatume 1:9; 7:56). N'olwekyo wankaaki y'eggulu bwe ye ggula, kisoboka okugenda waggulu eri ebika by'eggulu eby'enjawulo mu nsi ey'omwoyo era abo abalokole olw'okukkiriza basobola okugenda waggulu mu ggulu ery'okusatu.

Kye kimu ne mu magombe wamu ne ggeyeena. Ebifo bino n'abyo bya mu nsi ey'omwoyo era n'abyo birina wankaaki mw'oyingirira okugenda mu bifo bino. N'olwekyo abantu abatalina kukkiriza bwe bafa, bajja kukka wansi mu Magombe, ago aga ggeyaana, oba bajja genda butereevu mu ggeyeena okuyita mu wankaaki zino.

Ebitundu eby'Omwoyo n'ebyo Ebirabwako bibeerawo byombi

Olusuku Adeni, nga luno lusangibwa mu Ggulu Ery'okubiri, luli mu nsi ey'omwoyo, naye nga yanjawulo okuva ku nsi ey'omwoyo Ey'eggulu Ery'okusatu. Teyetengeredde ng'ensi ey'omwoyo kubanga esobola okubaawo mu kiseera kye kimu n'ensi erabibwako.

Kwe kugamba, Olusuku Adeni lye ddaala erya wakati, wakati w'ensi erabibwako n'ensi ey'omwoyo. Omuntu eyasooka Adamu yali muntu ow'omwoyo omulamu, kyokka ate ng'alina n'omubiri ogulabwako ogwakolebwa okuva mu nfuufu. N'olwekyo Adamu ne Kaawa eyo baazaalirayo era ne baala mu muwendo, nga bazaala abaana nga naffe bwe tuzaala (Olubereberye 3:16).

Ng'omusajja eyasooka Adamu bwe yalya ku muti ogw'okumanya obulungi n'obubi n'agobebwa okujja mu nsi eno, abaana be abaasigala mu lusuku Adeni bakyaliyo ne kati ng'emyoyo emiramu, era bbo tebamanyi kufa. Olusuku Adeni kifo kya Ddembe nnyo era yo teri kufa. Kiddukanyizibwa amaanyi ga Katonda era n'ekifugibwa wansi w'ebiragiro

n'amateeka ga Katonda ge Yakola. Wadde yo teriiyo njawulo wakati w'ekiro n'emisana, Abo abaava mu Adamu bamanyi bumanya obudde obw'okukoleramu emirimu, obudde obw'okuwummuliramu, n'ebiringa ebyo.
Era, Olusuku Adeni lulina bingi bye lufaanaganya n'ensi eno. Lujjudde ebimera bingi, ensolo, n'ebiwuka. Era lulina n'ebyobutonda ebirungi ate abitaggwaayo. Kyokka, teri nsozi ngulumivu nnyo, wabula ensozi entonotono. Ku nsozi zino, kuliko ebizimbe-ebiringa ennyumba, naye abantu bawummuliramu-buwummulizi-tebasula mu bizimbe bino.

Ekifo Eky'okuwummuliramu ekya Adamu n'Abaana Be

Omuntu eyasooka Adamu yabeera mu lusuku Adeni okumala ekiseera kiwanvu nnyo nga bw'azaala era n'ebeeyongera obungi. Okuva lwe kiri nti Adamu n'abaana be baali emyoyo emiramu, baali basobola okujja wano ku nsi nga bwe baagala okuyita mu wankaaki ez'eggulu ery'okubiri.

Kubanga Adamu n'abaana be bajjanga ku nsi ng'akafo kaabwe ak'okuwummuliramu okumala ekiseera ekiwanvu, Olina okukitegeera nti ebyafaayo by'omuntu by'adda nnyo. Abamu batabula eby'afaayo bino n'emyaka egy'ebyafaayo akakaaga gye bagamba nti omuntu gye yakamala ku nsi era n'ebatakkiririza mu Baibuli.

Bw'otunuulira eng'unjula ey'edda etategerekeka bulungi gye yava, otegeera nti Adamu n'abaana be bakkanga ku nsi kuno. Okugeza ebyo ebizimbe ebiriko akasonda akasongovu, n'ekibumbe ekiriko omutwe gw'abanta ate ng'ekitundu kya wansi kya mpologoma, ebisangibwa mu kifo ekiyitibwa

Giza, mu Misiri, obwo bubonero obukakasa nti Adamu n'abaana be ababeeranga mu Lusuku Adeni bakkanga ku nsi. Obubonero obw'ekika ekyo, obusangibwa okwetoloola ensi yonna, bw'azimbibwa ne sayansi ow'ekika ekya waggulu saako tekinologiya, ebyo ebitasobola n'akutuukirizibwa amagezi ga sayanzi ow'ekikugu owa leero.

Eky'okulabirako, amalaalo ag'edda ennyo agazimbibwa n'obusonda waggulu mu Misiri gaalimu okubala okw'ewunyisa, n'amagezi ag'ekikugu ku ngeri y'okukwataganyaamu obusonda obwo saako amagezi ag'ebyomubbanga by'oyinza okuzuula n'okutegeera n'amagezi ag'emisomo egya waggulu. Birimu ebyama bingi by'oyinza okutaganjula ng'omanyi engeri gye bijjamu n'engeri ensi gye tambulamu. Abantu abamu batwala engunjula ezo ez'edda ez'ekyama ng'obubonero obw'ebyo ebitonde ebyava mu bbanga naye okuyita mu Baibuli, osobola okuzuula ebintu byonna ne sayansi bya yalemwa okutegeera.

Obuufu Bw'obugunjufu bwa Adeni

Adamu mu lusuku Adeni yalina amagezi agatayinza kulowoozebwako n'enkola y'ebintu ey'ekika ekyawaggulu. Kino ky'ava mu kuba nti Katonda yennyini ye yali asomesezza Adamu amagezi g'ennyini, era amagezi ag'ekika kino n'okutegeera by'eyongera obungi n'ebikulaakulana ekiseera bwe kyagenda kiyitawo. N'olwekyo Adam, eyali amanyi buli kimu ekikwata ku nsi yonna era n'ajjuza ensi eno, kyali si kizibu gyali okuzimba ebizimbe ebyo eby'obusonda n'ebibumbe ebiriko ebitundu by'omuntu n'ensolo. Engeri Katonda gye yali asomesezza Adamu omusajja eyasooka obutereevu, Adamu yamanya ebintu by'otanaba kumanya n'akati oba okutegeera ne sayanzi ow'ekika eky'awaggulu.

Ebizimbe by'obusonda bino ebimu byazimbibwa n'obukugu saako amagezi ebya Adamu, naye ebirala by'azimbibwa baana be, ate ebirala n'ebizimbibwa abantu b'oku nsi kuno abagezaako okulabira ku bizimbe bya Adamu oluvanyuma lw'ekiseera ekiwanvu. Ebizimbe bino byonna ebiriko obusolya obusongovu, buli kimu tekinologiya waakyo mu nzimba wanjawulo ddala. Kino kiri bwe kityo lwakuba Adamu ye yekka ayaweebwa obuynza okukulaakulanya ensi.

Adam yabeera mu Lusuku Adeni okumala ekiseera kinene nnyo, olumu ng'ajjako n'eku nsi, naye yagobebwa mu lusuku Adeni ng'amaze okukola ekibi ky'obugyeemu. Wabula, Katonda teyaggalawo zi wankaaki ezigatta ensi ku Lusuku Adeni okumala ekiseera oluvanyuma lw'ekyo.

N'olwekyo, Abaana ba Adamu abaali bakyabeera mu Lusuku Adeni bajjanga ku nsi nga bwe baagala, era bwe beeyongeranga okujja. Baatandika okutwala bawala b'omuntu ng'abakyala baabwe (Olubereberye 6:1-4).

Olwo, Katonda n'aziba wankaaki z'obwengula ezaali zigatta ensi ku Lusuku Adeni. Kyokka, okutambula tekwakomera ddala, naye kwafuuka kuzibu, nga kufugibwa nnyo okusinga bwe kyali. Olina okukitegeera nti ebintu ebiraga obugunjufu obwedda wabula nga obuvo bwabyo tebutegerekeka bulungi era nga tebunnazuulibwa bwe bubonero obulaga nti Adamu n'abaana be, beebaabikola mu biseera we baalinga basobolera okujja ku nsi kuno nga bwe baayagalanga.

Ebyafaayo by'Omuntu n'agasolo Aganene ga Nnagwano ku Nsi

Olwo, lwaki agasolo aganene ennyo agabeeranga ku nsi, gaggwawo omulundi gumu? Buno n'abwo bukakafu bwa nkukunnala era obw'omugaso obukugamba obungi bw'emyaka omuntu gy'abadde ku nsi mu byafaayo. Kye kyama ekisobola okumanyibwa okuyita mu Baibuli yokka.

Katonda yali atadde agasolo gano mu Lusuku Adeni. Era nga gakakkamu nga si kyangu kuganyiiza, naye gaagobebwa mu lusuku n'egajja wano ku nsi kubanga gaagwa mu katego ka Sitaani mu biseera Adamu we yagenderanga mu nsi n'okudda. Kati, agasolo gano gannagwano agaagobebwa mu lusuku Adeni n'egakakibwa kubeera kuno ku nsi galinanga okunoonya eky'okulya buli kiseera. Si nga we gaabeereranga mu Lusuku Adeni ng'ebintu gye biri mu bungi, wano, ensi yali tesobola kuba n'ammere emmala gasolo gano ag'emibiri eminene ennyo. Bwe gatyo n'egalya ebibala ebibala byonna, emmere ey'empeke n'ebimera olwo n'ebitandika n'okulya ebisolo. Byali binaatera okusaanyaawo obutonde bwonna n'emmere. Katonda bwatyo n'asalawo nti takyasobola kulekawo gasolo gano ku nsi, era n'agasaanyizaawo ddala n'omuliro oguva waggulu.

Leero, abakugu bangi bagamba nti agasolo gano aganene ennyo, gaabeera ku nsi kuno okumala emyaka mingi. Bagamba nti gabeera ku nsi okussuka mu myaka obukadde kikumi mu nkaaga. Wabula, ku byogerebwa byonna tewali kinyonyola kumatiza engeri agasolo gano gye gajjamu ng'amangi omulundi gumu, kyokka n'egabula era n'agasaanawo omulundi gumu. Era, singa ddala agasolo gano gabeerawo okumala emyaka gino gyonna, gaalyanga ki okusigala nga malamu okumala ebbanga lino lyonna?

Okusinziira ku njigiriza ya evolusoni ekkiririza mu bintu ebiramu okuba nga birina bye byavaamu omuli n'abantu, egamba mbu nga a gasolo gano ag'ebika ebingi tegannajja, wateeka okuba nga waaliwo ebisolo ebitono bingi nnyo, naye era tewali bukakafu bwonna obuwagira kino. Okutwaliza awamu, amaka oba ekika kye bisolo kyonna okusaanyizibwaawo, kisooka n'ekikendeera mu bungi okumala ekiseera, oluvanyuma n'ekiryoka kiggwerawo ddala. Wabula go gano agasolo gaabulawo omulundi gumu.

Abasomi era bagamba nti kino kyabaawo olw'enkyukakyuka mu mbeera y'obudde eyabaawo amangu, obuwuka, ebimyanso ebyalimu amaanyi agavudde ku kwabika kw'emu ku munyeenye, oba ekintu ekikaluba ng'ejjinja ekigwa ku nsi mu ngeri y'ekitangaala, oluvanyuma lw'okukoonagana n'ekintu ekirala. Kyokka, nga ddala singa enkyukakyuka eno eyabaawo yali ya mutawaana nnyo nti yatta agasolo gonna, ebisolo ebirala byonna n'ebimera n'abyo byandisaanyeewo. Wabula, ebimera ebirala, ebinyonyi oba ebisolo omuli n'abantu, byo bikyali biramu n'olwaleero, n'olwekyo ekiriwo kati tekiwagira njigiriza ya evolusoni.

Nga n'agasolo ago tegannalabikako ku nsi kuno, Adamu ne Kaawa baabeeranga mu Lusuku Adeni, nga n'olumu bakka ku nsi kuno. Olina okukitegeera nti eby'afaayo by'ensi by'adda nnyo. Naye nga okuva kati n'okweyongerayo, Njagala okunnyonnyola enkula ennungi ey'ousuku Adeni.

Enkula Ennungi ey'Olusuku Adeni

Olyawo weebakidde oludda, nga wenna owulira bulungi nnyo, mu kifo ekinene ekijjuddemu emiti emirungi ate nga mito n'ebimuli, ng'ekitangaala kigwa ku mubiri gwo gwonna mpolampola, era nga bw'otunula waggulu mu bwengula obwa bbululu, ebire ebyeru bwe ttuku nga bitambula nga bwe byekola mu enkula ez'enjawulo.

Amaaso go g'olekera ennyanja emasamasa obulungi wansi akasozi wekaggwerako, era empewo efuuwa obulungi ng'erimu akawoowo ak'ebimuli ekufuwaako mpolampola. Osobola okuba ng'onyumya n'abantu b'oyagala emboozi enyuma era n'owulira essanyu. Olumu osobola okwebakako mu bisubi ebiri mu kifo ekinene oba ku bimuli ebikung'aanyiziddwa era osobola okuwulira akawoowo akabivaamu nga bw'obyebaseeko nga byonna bigonda. Oyinza n'okwebakako wansi mu kisikirize ky'omuti, ogulina ebibala ebingi ebisikkiriza okulya, era n'obirya nga bw'oyagala.

Mu nnyanja n'agayanja mulimu ebika by'ebyenyanja eby'enjawulo ebirina langi ez'enjawulo. Bw'oba oyagala, osobola okugenda ku lubalama lw'enyanja okumpi awo n'onyumirwa amayengo agakuba obulungi ennyo oba omusenyu omweru ogumasamasa omusana bwe gugukubamu. Oba, bw'oba oyagala, osobola n'okuwuga ng'ekyenyanja.

Obuweewo obwebuusa, obumyu, oba kamujje ezirina langi ennungi ennyo, n'amaaso agamasamasa bijja mu maaso go ne bikukolera obuntu obunyuma. Mu kibangirizi ekyo ekinene, ebisolo bingi biba bizanya n'ebinaabyo mu mirembe.

Luno lwe lusuku Adeni, eyo awajjudde obukkakkamu,

eddembe, n'essanyu. Abantu bangi mu nsi eno bandyagedde okuva mu bulamu bwabwe obutawummula ne babeerako mu mbeera ng'eno ey'eddembe n'obusirifu wakiri omulundi gumu.

Obulamu obutajula mu Lusuku Adeni

Abantu abali mu Lusuku Adeni basobola okulya n'okunywa n'okweyagala nga bwe baagala n'ebwebatakolerera kintu kyonna. Teri kwerariikirira kwonna, na bya kulowoozaako, oba obulumi, wabulu lujjudde essanyu, okunyumirwa n'eddembe kubanga buli kimu kiddukanyizibwa ku mateeka n'ebiragiro bya Katonda. Abantu eyo beeyagalira mu bulamu obutaggwaawo wadde nga tebalina kyebabukoleredde.

Olusuku Adeni, lulina obutonde bw'ensi ng'obwo ku nsi kuno, era ebintu ebisinga ebiri ku nsi kuno nayo gye biri. Kyokka, olw'okuba byo tebyonoonebwa wadde okukyusibwa buli kiseera okuva lwe byatondebwa, Bisigala nga bitangaavu bulungi era nga bwe butonde obulungi so si ng'obwa kuno ku nsi.

Era, wadde abantu mu lusuku Adeni tebambala ngoye tebawulira nsonyi ate tebayenda kubanga tebaliimu mbala ya kibi era tebalina bubi mu mitima gyabwe. Kiringa omwana omuwere bwazanya nga talina kyatya ng'ali bwereere ddala, nga tafaayo oba abalala banaayogera ki oba okulowooza nga bamulabye.

Obutonde bw'ensi obw'omu Lusuku Adeni bulungi eri abantu baamu wadde baba tebambadde ngoye zonna, era tebawulira kukalubirirwa kwonna olw'okuba bali bwereere. Nga kiba kirungi nnyo nga tewali biwuka bibi wadde amaggwa okulumya olususu!

Abantu abamu bambala engoye. Beebo abaliko ebibinja

bye bakulembera. Mu lusuku Adeni nayo waliyo amateeka n'ebiragiro. Mu kibinja ekimu, mubaamu akikulira era baakulembera bamugondera era n'ebamugoberera. Abakulembeze bano baambala engoye so tebaba ng'abo bebakulembera, naye bambala engoye okusobola okulaga ebifo byabwe, so si kw'ebika, okwekuuma obulabe oba okwewunda.

Olubereberye 3:8 woogera ku nkyukakyuka y'embeera y'obudde mu Lusuku Adeni: *"Ne bawulira eddoboozi lya Mukama Katonda ng'atambula mu lusuku mu kiseera eky'empewo: omusajja ne mukazi we ne beekweka mu maaso ga Mukama Katonda wakati mu miti egy'omu lusuku."* Ndowooza okiraba nti abantu bawulira "empewo" mu lusuku Adeni. kyokka, kino tekitegeeza nti balina okutuyaana mu kiseera eky'omusana oba okutintima mu budde obunyogovu nga bwe kyandibadde ku nsi kuno.

Olusuku Adeni bulijjo luba n'ebbugumu oba obunyogovu ebimala abantu baamu okweyagaliramu, olwo baleme okubulwa emirembe olw'enkyukakyuka z'obudde.

Era, Olusuku Adeni terulina kiro oba misana. Bulijjo luba lwebulunguluddwa ekitangaala kya Katonda Kitaffe era nga bulijjo babeera bawulira ng'obudde obw'emisana. Abantu baba n'ebiseera eby'okuwummula, era baawula obudde obw'okukoleramu emirimu ku bw'okuwummuliramu ng'abarabira ku mbeera y'obudde.

Wabula enkyukakyuka eno mu mbeera y'obudde, tekitegeeza nti ejja kukyukirawo amangu ago ng'eyokerawo oba okunyogoga abantu balyoke bawulirewo ebbugumu oba obunyogovu. Naye kiba kibawuliza bulungi okuwummulira mu luwewowewo.

37

2. Abantu Bateekebwateekebwa ku Nsi

Olusuku Adeni lugazi nnyo era lunene nti tosobola n'akwefumiitiriza ku bunene bw'alwo. Ensi eno ekubisibwamu emirundi nga kawumbi kalamba okusobola okwenkanya Olusuku Adeni. Eggulu erisooka, eyo abantu gye batasobola kussuka myaka nsanvu oba kinaana liringa erikoma, nga liva ku ku ssengendo zonna wezitandikira okutuuka eby'omubbanga byonna webikwatirwa. Olowooza Olusuku Adeni luli ku bunene bwenkana ki bwo lugerageranya n'eggulu erisooka, kubanga lwo abantu baayo beeyongera bulijjo ate tebafa?

Mu kiseera kye kimu, Olusuku Adeni n'ebwerubeera lulungi kwenkana ki oba okuba n'ebintu mu bung, oba okuba olunene ennyo, terusobola kugerageranyizibwa na kifo kyonna mu ggulu. Olaba n'olusuku lwa Katonda, nga kye Kifo Awalindirwa mu ggulu, kirungi nnyo era wasanyufu nnyo. Obulamu obutaggwaawo mu Lusuku Adeni bwa njawulo nnyo ku bulamu obutaggwaawo mu ggulu.

N'olwekyo, okuyita mu kwekebejja enteekateeka ya Katonda n'obungi bw'emitendera egiyitiddwamu okuva Adamu lwe yagobebwa mu Lusuku Adeni, era n'ateekebwateekebwa ku nsi kuno, ojja kulaba engeri Olusuku Adeni bwe lwawukana ku kifo Awalindirwa eky'eggulu.

Omuti ogw'Okumanya Obulungi N'obubi mu Lusuku Adeni

Omuntu eyasooka Adamu yali asobola okulya byonna byeb yayagalanga, n'okufuga ebitonde byonna, era n'abeera olubeerera mu Lusuku Adeni. Kyokka, bw'osoma Olubereberye 2:16-17, Katonda yalagira omuntu nti, *"Buli muti ogw'omu lusuku olyangako nga bw'onooyagalanga; naye omuti ogw'okumanya obulungi n'obubi togulyangako: kubanga olunaku lw'oligulyako tolirema kufa."* Wadde Katonda yali awadde Adamu obuyinza bungi okufuga ebitonde byonna nga bwayagala, Yagaanira ddala Adamu okulya ku muti ogw'okumanya obulungi n'obubi. Mu lusuku Adeni, mulimu ebika by'ebibala bingi ebirabika obulungi nga birina langi za njawulo ate nga biwooma by'otayinza kugeraageranya n'ebiri ku nsi kuno. Katonda ebibala byonna yabiteeka wansi wa Adamu okubifuga, era yali asobola okubirya nga bwe yayagalanga.

Wabula, kyo ekibala eky'okumuti ogw'okumanya obulungi n'obubi tekyali kya kuliibwa. Okuyita mu kino, olina okukizuula nti wadde Katonda yali akimanyi nti Adamu yali w'akulya ekibala eky'oku muti ogw'okumanya obulungi n'obubi, Teyaleka bulesi Adamu kukola kibi kino. Ng'abantu bangi bwe batakitegeera bulungi nga bagamba, Oba nga yali agenderedde kugezesa Adamu ng'ateeka omuti ogw'okumanya obulungi n'obubi, ng'era akimanyi nti Adamu ajja ku kikola, teyandi mukaatiriza nnyo. N'olwekyo ndowooza okiraba nti Katonda teyateeka muti gwa kumanya bulungi n'obubi okuganya Adamu agulyeko oba okumugezesa.

Nga bwe kyawandiikibwa mu Yakobo 1:13, *"Omuntu yenna bw'akemebwanga tayogeranga nti Katonda ye ankema; kubanga Katonda takemeka na bubi ate ye yennyini takema muntu yenna,"* Katonda yennyini takema muntu yenna.

Olwo, lwaki Katonda yateeka omuti ogw'okumanya obulungi n'obubi mu lusuku Adeni?

Bw'oba ng'osobola okuwulira ng'osanyuse, ng'olina essanyu, kitegeeza wali obaddeko mu mbeera eyawukanira ddala kw'eyo ey'okuwulira nga wennyamidde, obulumi, n'okubulwa emirembe. Mu ngeri y'emu, bw'oba ng'omanyi nti obulungi, amazima n'ekitangaala birungi, lwakuba obadde walabako oba ng'omanyi nti obubi, agatali mazima n'ekizikiza, bibi.

Bw'oba tonnayita mu njawulo eno, tosobola kumanya mu mutima gwo nga bwe kiri ekirungi okubaawo okwagala, obulungi, n'essanyu wadde ng'okimanyi mu mutwe gwo kubanga wali okiwuliddeko.

Eky'okulabirako, omuntu, atalwalangako oba atalabangako ku muntu mulwadde, asobola okumanya obulumi bw'obulwadde? Omuntu ng'ono tasobola n'akumanya nti kirungi nnyo okuba omulamu. Era, omuntu bw'aba talina kye yali yeetaaze mu bulamu, era nga talabangako muntu ali mu bwetaavu, ayinza kumanya kyenkana ki ku bwavu? Omuntu ng'ono tayinza kuwulira nti "kirungi" okuba omuggagga, n'ebwaba muggagga atya. Mu ngeri y'emu, omuntu bw'aba tabangako mwavu, tayinza kuba na mutima gwebaza okuva ku ntobo y'omutima gwe.

Omuntu bw'aba tamanyi bukulu bwa bintu birungi by'alina tamanyi bukulu bwa ssanyu lye yeeyagaliramu. Kyokka, omuntu bw'aba ayise mu bulumi bw'obulwadde n'ennaku saako obwavu, ajja kuba asobola okwebaza mu mutima gwe olw'essanyu lyawulira okuba omulamu era nga muggagga. Eno yensonga lwaki Katonda yalina okuteekawo omuti ogw'okumanya obulungi n'obubi.

N'olwekyo, Adamu ne Kaawa, abaagobebwa mu lusuku Adeni, baalaba enjawulo eno era n'ebategeera okwagala n'emikisa Katonda bye yali abawadde. Olwo lwokka lwe baali bayinza okufuuka abaana ba Katonda abatuufu abaali bamanyi obukulu bw'essanyu lyennyini n'obulamu.

Wabula, Katonda teyasindiikiriza Adamu kugenda eri ekkubo eryo. Adamu yasalawo okujeemera ekiragiro kya Katonda nga yeeyagalidde. Mu kwagala kwe Ye n'obutuukirivu, Katonda yali ateeseteese engeri y'okuteekateekamu omuntu.

Ekigendererwa kya Katonda mu Kuteekateeka Abantu

Abantu b'omu Lusuku Adeni bwe baagobebwaayo era n'ebatandika okubateekerateekera ku nsi kuno, baalina okuyita mu kubonabona okwa buli kika, ng'amaziga, ennaku, obulumi, endwadde, n'okufa. Naye kyabaleetera okuwulira essanyu ery'annama ddala n'okweyagalira mu bulamu obutaggwaawo mu ggulu, nga basanyufu nnyo.

N'olwekyo, okutufuula abaana Be abatuufu okuyita mu kuteekebwateekebwa kuno kyakulabirako ky'okwagala kwa Katonda n'enteekateeka Ye. Abazadde tebayinza kulowooza nti kuba kumala budde bwe bagunjula abaana baabwe n'olumu nga babakubamu ku kibooko bwe kiba kinaaleetawo enjawulo era n'ekiyamba abaana baabwe okuba ab'omugaso mu maaso eyo. Era, abaana bwe baba bakkiririza mu kitiibwa kye balifuna gye bujja, bajja kuba bagumiikiriza era bawangule embeera yonna enzibu n'emisanvu gyonna.

Mu ngeri y'emu, bw'oba olowooza ku ssanyu eryannama ddala ly'ojja okufuna mu ggulu, okuteekebwateekebwa ku nsi kuno si kintu ekizibu oba eky'obulumi. Wabula, olina okuba nga weebaza olw'okusobola okutambulira mu kigambo kya Katonda kubanga osuubira ekitiibwa ky'olifuna gye bujja.

41

Olwo, ani Katonda gw'anaatwala ng'omuganzi-Abo abebaza Katonda n'omutima gwabwe gwonna olw'okuba nti bayise mu bizibu bingi ku nsi oba abantu abali mu lusuku Adeni, abo abatasiima nnyo kye balina wadde nga babeera mu kifo ekirungi bwe kityo ate ekirina buli kimu?

Katonda yateekateeka Adamu, eyagobebwa mu lusuku Adeni, n'ateekateeka ne bazukulu be ku nsi kuno, okubafuula abaana Be abatuufu. Okuteekebwateekebwa kuno bwe kuliggwa ng'enyumba ziwedde okutegekebwa mu ggulu, Mukama ajja kudda. Bw'oba ng'obeera mu ggulu, ojja kubeera mu ssanyu ery'olubeerera kubanga n'omutendera ogusembayo okuba ogwa wansi mu ggulu tegusobola kugerageranyizibwa ku bulungi bw'olusuku Adeni.

N'olwekyo, olina okutegeera ekigendererwa kya Katonda mu kuteekateeka omuntu era olwane okufuuka omwana We omutuufu oyo akola ng'ekigambo Kye bwe kiragira.

3. Ekifo kye Ggulu Awalindirwa

Abo abaava mu Adamu, eyajeemera Katonda, balina okufa omulundi gumu, era oluvanyuma lw'ekyo basisinkana olunaku olw'omusango (Abaebulaniya 9:27). Engeri, emyoyo gy'abantu bwe gitafa, girina okugenda mu ggulu oba ggeyeena.

Wabula, tegigenderawo butereevu mu ggulu oba ggeyeena, naye gisooka n'egibeera mu Kifo Awalindirwa mu ggulu oba mu ggeyeena. Olwo kifo kya kika ki Awalindirwa mu ggulu abaana ba Katonda gye babeera?

Omwoyo gw'Omuntu Guva mu Mubiri Gwe ku Nkomerero

Omuntu bw'afa, omwoyo gwe guva mu mubiri gwe. Oluvanyuma lw'okufa, omuntu yenna abadde tamanyi kino ajja kwewuunya nnyo bw'aneeraba ye yennyini nga agalamidde awo. Wadde nga mukkiriza, kijja kuba kifaanana bulala nnyo ng'omwoyo gwe gulese omubiri gwe!

Bw'ogenda mu nsi-ey'emitendera ena okuva mu nsi ey'emitendera esatu mw'obeera kati, buli kimu kyanjawulo nnyo. Omubiri guba guwewuka nnyo era n'obeera ng'owulira ng'abuukira mu bbanga. Kyokka, tosobola kuba na ddembe litakugirwa, omwoyo gwo ne bweguba gumaze okuva mu mubiri gwo.

Ng'obunyonyi obuto bwe butasobola kubuukirawo wadde nga buzaaliddwa n'ebiwawaatiro, obeera weetagayo obudde okumanyiira omubiri gwo, ensi ey'omwoyo, n'okuyiga ebintu ebisookerwako.

N'olwekyo abo abafa n'okukkiriza mu Yesu Kristo baanirizibwa bamalayika babiri era bagende mu Ntaana eya Waggulu. Eyo, gye bayigira ku bulamu mu ggulu okuva ku bamalayika oba bannabbi.

Bw'osoma Baibuli, okizuula nti waliyo entaana za bika bibiri. Bajjajja b'okukkiriza nga Yakobo ne Yobu bagamba nti bajja kugenda mu ntaana bwe baliba bafudde (Oluberebereye 37:35; Yobu 7:9). Kora n'ekibinja kye abaawakanya Musa, omusajja wa Katonda, baagwa mu ntaana nga balamu (Okubala 16:33).

Lukka 16 walaga omusajja omuggagga n'omwavu Laazaalo nga bagenda mu ntaana nga bafudde, era okizuula nti tebaali mu "ntaana" ze zimu Omusajja omuggagga abonaabona nnyo mu muliro kyokka nga ye Laazaalo awummudde ku ludda lwa

43

Ibulayimu wala ddala.

Mu ngeri y'emu, waliyo entaana ey'abo abalokoleddwa kyokka era nga waliyo n'entaana endala ey'abo abatali balokole. Entaana Kora n'abasajja be, n'omusajja omuggagga gye baasibira ge Magombe, era ng'eyitibwa "entaana eya wansi," ng'eno ya ggeyeena, naye entaana Laazaalo gye yasibiramu ye Ntaana Eya waggulu ng'eno ye y'omu ggulu.

Enaku-Ssatu ez'okubeera mu Ntaana Eya Waggulu

Mu biseera by'Endagaano Enkadde, Abo abaalokolebwanga baalindiranga mu Ntaana eya Waggulu. Olw'okuba Ibulayimu, jjajja w'okukkiriza, yeeyali atwala Entaana eya Waggulu, omunaku Laazaalo ky'ava ali ku ludda lwa Ibulayimu mu Lukka 16. Wabula, nga Mukama amaze okuzuukira n'agenda waggulu mu ggulu, Abo abalokolebwa tebakyagenda mu Ntaana eya Waggulu, okuba ku ludda lwa Ibulayimu. Babeera mu Ntaana eya Waggulu okumala enaku ssatu zokka, olwo n'ebalyoka babaako webagenda mu Lusuku lwa Katonda. Kwe kugamba, bajja kuba ne Mukama mu Kifo Awalindirwa mu ggulu.

Nga Yesu bw'agamba mu Yokaana 14:2, *"Mu nnyumba ya Kitange mulimu ebifo bingi eby'okubeeramu. Singa tekiri bwe kityo, nandibagambye; kubanga ng'enda okubateekerateekera eifo,"* oluvanyuma lw'okuzuukira Kwe n'okugenda mu ggulu. Mukama waffe abadde ategekera buli omu ku bakkiriza ekifo. N'olwekyo, okuva Mukama lwe yatandika okutegekera abaana ba Katonda ebifo eby'okubeera, abo abalokole bazze babeera mu Kifo kye ggulu Awalindrwa, ekisangibwa mu kifo ekimu mu lusuku lwa Katonda.

Abantu abamu beewunya engeri abantu abo bonna abalokoleddwa okuva olubereberye bwe basobola okubeera mu lusuku lwa Katonda, naye tekyetaagisa kwerariikirira. Ekifo Sengendo omwenda mwezikung'anira ku njuba, katonyezze butonyezze bw'okigeraageranya n'ekifo omukwatirwa emunyeenye, enfuufu omukka n'ebinga ebyo ebya ssenyondo zonna. Olwo, ate ekifo ebyo, n'ebirala byonna mwe bikwatiriddwa kyenkana ki? Kino n'akyo katonyeze butonyezze bw'obigeraageranya.

Kyokka nga ensi eno eri emu ku nnyingi eziriyo, Kale kiba kizibu okugezaako okupima obunene bw'ensi yonna. Olaba ensi eno gye tulabako nnenne nnyo, ate olwo ensi ey'omwoyo eneeba nnenne kyenkana ki?

Ekifo Ekirindirwamu eky'Eggulu

Olwo, Ekifo Awalindirwa mu ggulu kifo kya kika ki, eyo abo abalokoleddwa gye babeera oluvanyuma lw'enaku esatu ze bamala mu Ntaana eya Waggulu nga bamanyiira embeera?

Abantu bwe balaba awantu awalungi ennyo, batera okwogera nti "wano ggulu ku nsi," oba "walinga Olusuku Adeni!" wabula Olusuku Adeni, terusobola kugeraageranyizibwa na bulungi bwonna ku nsi eno. Abantu mu Lusuku Adeni bali mu bulamu obulungi ennyo, obulinga-obw'ekirooto obujjudde essanyu, eddembe, n'okusanyuka. kyokka, kyokka nga abantu bokka ab'oku nsi kuno wewalabikira obulungi. N'omala ogenda mu ggulu, ojja kugoberawo enjogera eyo.

Ng'olusuku Adeni bwerutayinza kugeraageranyizibwa ku nsi eno, Eggulu teriyinza kugeraageranyizibwa ku Lusuku Adeni. Waliwo enjawulo y'amaanyi wakati w'essanyu erisangibwa mu

Lusuku Adeni olw'o olusangibwa mu ggulu ery'okubiri, n'essanyu ery'omu kifo Awalindirwa mu Lusuku lwa Katonda oluli mu ggulu ery'okusatu. Kino kiri bwe kityo lwakuba abantu abali mu lusuku Adeni si baana ba Katonda batuufu ddala abo emitima gyabwe egiteekeddwateekeddwa.

Kankuwe eky'okulabirako okukusobozesa okutegeera kino obulungi. Nga tewannabaawo masanyalaze, Aba Korea ab'edda baakozesanga ettala ez'emikono. Ettaala zino zaali zizimeera nnyo bw'ogerageranya n'ettaala z'amasanyalaze eziriwo kati. Naye nga ate kyali na kirungi nnyo nga teri wadde ekitangaala mu nsi ekiro. Naye abantu bwe baakulaakulana ne bayiga okukozesa amasanyalaze, twatandika okuba n'ettaala z'amasanyalaze. Eri abo abaali bamanyidde ettaala z'omukono zokka, ettaala ez'amasanyalaze zaali zisanyusa nnyo era nga beewunya nnyo okwaka kw'azo.

Bw'oba ogamba nti ensi eno we wali ekizikiza awatali kitangaala kyonna, oyinza okugamba Olusuku Adeni bbo balina ttaala ya Mukono, ate lyo eggulu kye kifo awali ettaala z'amasanyalaze. Ng'ettaala y'omukono oba tadooba ne zamasanyalaze bwe ziri ez'enjawulo ddala, wadde nga gonna mataala, ekifo ekirindirwamu mu ggulu kyanjawulo nnyo ku lusuku Adeni.

Ekifo Awalindirwa Kisangibwa ku njegoyego z'olusuku lwa Katonda

Ekifo Awalindirwa eky'eggulu kisangibwa ku njegoyego z'olusuku lwa Katonda. Olusuku lwa Katonda kye kifo ky'abo abalina okukkiriza okusembayo obutono, era nga kye kisembayo okuba ewala okuva ku Namulondo ya Katonda. Kifo kinene nnyo.

Abo abalindidde kunjegoyego z'olusuku lwa Katonda bali mu kuyiga magezi ga mwoyo okuva ku ba nnabbi. Bayiga ku Katonda Obusatu, ku ggulu, amateeka agafuga ensi ey'omwoyo n'ebiringa ebyo. Amagezi ag'ekika ekyo tegaggwayo, n'olwekyo tewali kuyiga lwe kukoma. Kyokka, okuyiga ebintu eby'omwoyo omuntu tayinza ku bikoowa oba okuwulira nti bizibu tebiringa masomo agamu ag'oku nsi. Gy'okoma okusoma, gy'okoma n'okubanguka saako okwewuunya. N'olwekyo gye bikoma n'okukutambulira obulungi.

Ne ku nsi kuno, abo abalina emitima emiyonjo era emyetowaaze basobola okuwuliziganya ne Katonda era ne bafuna amagezi ag'omwoyo. Abamu ku bantu bano balaba ensi ey'omwoyo kubanga amaaso gaabwe ag'omwoyo gaguddwawo. Era, abantu basobola okutegeera eby'omwoyo okuyita mu kw'olesebwa okw'Omwoyo Omutukuvu. Basobola okuyiga ku kukkiriza oba amateeka ag'okufuna eby'okuddibwamu eri okusaba, olwo basobola ne mu nsi eno gye tulaba, okufuniramu amaanyi ga Katonda agabeera mu nsi ey'omwoyo.

Bw'oba osobola okuyiga ku bikwata ku by'omwoyo era n'ofuna ebintu eby'omu nsi eyo etali ya mwoyo, ojja kuwulira ng'olina amaanyi era ng'oli musanyufu. Olwo liba ssanyu ly'enkana ki n'okusanyuka by'oyinza okufuna bw'oba osobola okuyiga ebintu eby'omwoyo mu buziba bwabyo ng'oli mu kifo Awalindirwa eky'omu ggulu!

Okuwulira Amawulire Ag'ensi eno

Bulamu bwa kika ki abantu abali mu kifo Awalindirwa bwe beeyagaliramu? Bafuna eddembe ly'ennyini era baba balindirira okugenda mu maka gaabwe ag'olubeera mu ggulu. Baba tebalina kye bajula, beeyagalira mu ssanyu. Tebamala g'onoona biseera, naye bongera okuyiga ebintu bingi okuva ku bamalayika ne bannabbi.

Mu bbo mwennyini mubaamu abakulembeze, era buli kimu kitambulira mu nkola etegekeddwa obulungi. Baaganibwa okukka wansi ku nsi kuno, bwe batyo babeera baagala nnyo okumanya kiki ekigenda mu maaso wano ku nsi. B'aba tebaagala ku manya ku bya nsi, naye baba baagala okumanya ensonga ezikwatagana ku bwakabaka bwa Katonda, gamba ng'ekanisa 'Ekanisa yange mwe nnali mpereza eri etya? Etuukiriza kyenkana ki ku buvunaanyizibwa bwayo obwagiweebwa Katonda? Ye bw'obuweereza bw'obuminsani butambula butya?'

N'olwekyo baba basanyufu nnyo okuwulira ku mawulire agakwata ku nsi eno okuyita mu ba malaika abo abasobola okujja wano ku nsi, oba bannabbi ab'omu Yerusaalemi Empya.

Katonda lumu yandaga abamu ku ba memba be kanisa yange abali mu kifo Awalindirwa eky'eggulu. B'aba basabira mu bifo bya njawulo era nga balindirira okufuna amawulire agafa ku kanisa yange. Basinga kwesunga buvunaanyizibwa obwakwasibwa ekanisa yange, nga buno bwe buvunaanyizibwa obw'okutambuza enjiri mu nsi yonna n'okuzimba Yeekaalu Ennene. B'aba basanyufu buli lwe bawulira amawulire amalungi. N'olwekyo buli lwe bawulira ku mawulire ag'okuddiza Katonda ekitiibwa okuyita mu kuluseedi zaffe z'etukuba mu mawanga ag'enjawulo, basanyuka nnyo n'ebawulira ng a bamativu bwe batyo ne bakolawo embaga.

Mu ngeri y'emu, abantu abali mu Kifo Awalindirwa eky'eggulu babeera mu bulamu obusanyufu era obweyagala, olumu nga bawulira ku mawulire agakwata ku nsi eno.

Ebiragiro eby'amaanyi mu Kifo Awalindirwa eky'eggulu

Abantu abali ku mitendera egy'enjawulo egy'okukkiriza, bajja kuyingira ebifo bya njawulo mu ggulu oluvanyuma lw'olunaku olw'omusango, Bonna babeera mu Kifo Awalindirwa eky'eggulu, era n'amateeka bwe gatyo bwe gakuumibwa. Abantu abaalina okukkiriza okutono bajja kuwa ekitiibwa abo abaabasingako okukkiriza nga bakutamya ku mutwe mu maaso gaabwe. Ebiragiro by'Omwoyo tebiweebwa okusinziira ku bitiibwa omuntu bye yalina ku nsi kuno, wabula okusinziira ku kyenkana ki kye yakola okwetukuza n'okuba omwesigwa eri obuvunaanyizibwa-obw'amuweebwa Katonda.

Mu ngeri eno, ebiragiro bikuumibwa obutabisuula, kubanga Katonda omutuukirivu yafuga mu ggulu. Olw'okuba ebiragiro bisalibwawo okusinziira ku butangaavu bw'ekitangaala, obungi bw'obulungi, n'obungi bw'okwagala obwa buli mukkiriza, tewali n'omu ayinza kwemulugunya. Mu ggulu, Buli omu agondera ekiragiro ky'omwoyo kubanga teri bubi mu birowoozo by'abantu abalokole.

Wabula, ekiragiro kino n'ebika by'ebitiibwa eby'enjawulo tebigenderera kuleetawo buwulize bw'ampaka. Kijja kuva mu kwagala n'okugaba ekitiibwa ebiva mu mutima ogw'amazima era omutuufu. N'olwekyo, mu Kifo Awalindirwa eky'omu ggulu, bassa ekitiibwa mw'abo bonna ababasingako mu mutima era n'ebalaga ekitiibwa kyabwe nga bakutamyako katono kumitwe gyabwe we bali, kubanga kijja buzzi mu bbo okuwulira enjawulira ey'omwoyo.

4. Abantu abatabeera mu Kifo Awalindirwa

Abantu bonna, abaliyingira ebifo mu ggulu nga bwe bisengekeddwa oluvanyuma lw'olunaku olw'omusango, kati babeera ku njegoyego z'olusuku lwa Katonda, Eifo Awalindirwa eky'eggulu. Wabula, waliwo abo bekitatuukirako. Abo ab'okugenda mu Yerusaalemi Empya, ekifo ekisingirayo ddala obulungi mu ggulu, bajja kugenda butereevu mu Yerusaalemi Empya bayambeko mu mirimu gya Katonda. Abantu ab'ekika kino, abalina omutima gwa Katonda omulungi era ogutangalijja ng'ejjinja ery'omuwendo babeera mu kulabirirwa n'okwagala kwa Katonda eby'enjawulo.

Bajja Kuyambako mu Mirimu gya Katonda mu Yerusaalemi Empya

Olwo bajjajja ffe ab'okukkiriza, abaatukuzibwa era nga beesigwa mu byonna mu nyumba ya Katonda, nga Eliya, Enoka, Ibulayimu, Musa, n'omutumu Paulo, babeera wa kati? N'abo babeera ku njegoyego z'olusuku lwa Katonda, Ekifo Awalindirwa eky'eggulu? Nedda. Olw'okuba abantu bano batukuvu ddala era nga bafaanana n'omutima gwa Katonda mu byonnalizibwa ddala, baatuuka dda mu Yerusaalemi Empya. Naye, olw'okuba olunaku olw'omusango terunabaawo, tebasobola kugenda mu nnyumba zaabwe ez'olubeerera z'ebalina-okubeeramu.

Olwo, babeera mu kitundu ki ekya Yerusaalemi Empya? Mu Yerusaalemi Empya, eriko mailo lukumi mu bitaano obugazi obuwanvu, n'obuwanvu okwambuka waggulu, mulimu ebifo eby'enjawulo eby'omwoyo ebiri mu bitundu ebye'njawulo. Waliwo awali ekifo ekya Namulondo ya Katonda, Ekifo omuzimbibwa amayumba, n'ebifo ebiralala bajjajja ffe ab'okukkiriza abo abayingira edda mu Yerusaalemi Empya mwe bakolera emirimu ne Katonda.

Bajjajja ffe ab'okukkiriza ababeera mu Yerusaalemi Empya beesunga olunaku lwe baliyingira ennyumba zaabwe ez'olubeerera, Nga bayamba mu mirimu gya Katonda ne Mukama mu kutegeka ebifo byaffe. Beesunga nnyo okuyingira ennyumba zaabwe ez'olubeerera kubanga tebayinza kuyingirayo okujjako nga Yesu Kristo amaze okudda omulundi ogw'okubiri mu bbanga, embaga ey'okumala emyaka-omusanvu, n'Ekyasa ku nsi kuno.

Omutme Paulo, eyali ajjudde esuubi ly'eggulu, yayogera n'agamba mu 2 Timoseewo 4:7-8.

Nnywanye okulwana okulungi, olugendo ndutuusizza, okukkiriza nkukuumye: ekisigaddeyo, enterekeddwa engule ey'obutuukirivu, Mukama waffe gya'li mpeera ku lunaku luli, asala emisango egy'ensonga: so si nze nzekka, naye era ne bonna abaagala okulabika kwe.

Abo abalwana okulwana okulungi era nga baagala okulabika Kwe balina essuubi erya ddala ery'ekifo n'empeera mu ggulu.

Okukkiriza okw'ekika kino n'essuubi bisobola okweyongera bw'oba nga byomanyi ku nsi ey'omwoyo bingi, era yensonga lwaki nkunyonnyola eggulu mu bujjuvu.

Olusuku Adeni oluli mu ggulu ery'okubiri oba Ekifo Awalindirwa ekiri mu ggulu ery'okusatu bisingira ddala ensi eno obulungi, naye ebifo bino byombi tebisobola kugeraageranyizibwa ku kitiibwa n'okumasamasa kwa Yerusaalemi Empya eyo awali Namulondo ya Katonda.

N'olwekyo, Nsaba mu linnya lya Mukama nti tojja kudduka buddusi eri Yerusaalemi Empya n'okukkiriza saako essuubi nga eby'omutume Paulo, naye n'okuleeta emyoyo mingi eri ekkubo ly'obulokozi okuyita mukubuulira enjiri wadde omulimu ogwo gusobola n'okutwala obulamu bwo.

Essuula 3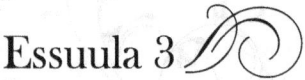

Embaga Ey'okumala Emyaka-musanvu

1. Okudda kwa Mukama n'Emyaka Omusanvu egy'Embaga ey'Obugole
2. Ekyasa
3. Eggulu Ligabibwa Oluvanyuma lw'Olunaku olw'omusango

Aweereddwa omukisa,
era ye mutukuvu alina omugabo
mu kuzuukira okw'olubereberye:
okufa okw'okubiri tekulina buyinza ku bo,
naye banaabeeranga bakabona
ba Katonda era ba Kristo
era banaafugiranga wamu
naye emyaka lukumi.
- Okubikkulirwa 20:6 -

Nga tonnaba kufuna mpeera yo n'okutandika obulamu obutaggwaawo mu ggulu, olina okuyita mu kusala omusango okw'oku Namulondo Enjeru. Ng'olunaku lw'omusango terunnaba, wajja kubaawo okudda kwa Mukama mu kitiibwa okw'omulundi ogw'okubiri mu bbanga, embaga y'obugole ey'okumala emyaka-omusanvu, Okudda kwa Mukama ku nsi, n'Ekyasa.

Bino byonna Katonda byategese okubeesabeesa abaana Be abaagalwa abaakuuma okukkiriza kwabwe ku nsi kuno, era n'okubakkiriza okuloza ku buwoomi bw'eggulu.

N'olwekyo, abo abakkiririza mu kudda kwa Mukama okw'ekitiibwa okw'omulundi ogw'okubiri era ne baba n'esuubi okumusisinkana, nga ye mugole waffe omusajja, bajja kuba beesunga emyaka omusanvu egy'embaga-ey'obugole n'Ekyasa. Ekigambo kya Katonda ekiri mu Baibuli kituufu era obunnabbi bwonna butuukirizibwa olwaleero.

Olina okuba omukkiriza omugezigezi era ogezeeko nga bwosobola okwetegeka ng'omugole We, ng'okitegeera nti bw'oba nga tozuukuse era nga totambulira mu kigambo kya Katonda, olunaku lwa Mukama lujja kujja ng'omunyazi era ojja kugwa mu kufa.

Katutunuulire mu bujjuvu ebintu eby'ewunyisa abaana ba Katonda bye banaayitamu nga tebannagenda mu ggulu ery'o eddungi era eritangalijja ng'ejjinja ery'omuwendo.

55

1. Okudda kwa Mukama n'Emyaka Omusanvu egy'Embaga ey'Obugole.

Omutume Paulo awandiika mu Abaruumi 10:9, *"kubanga bw'oyatula Yesu nga ye Mukama n'akamwa ko, n'okkiriza mu mutima gwo nti Katonda yamuzuukiza mu bafu, olirokoka."* Okusobola okufuna obulokozi, tolina kwatula bwatuzi kyokka nti Yesu ye Mulokozi wo wabula n'okukkiriza mu mutima gwo nti Yafa era n'azuukira okuva mu bafu.

Bw'oba tokkiririza mu kuzuukira kwa Yesu Kristo, tosobola kukkiririza mu kuzuukira-kwo gwe ku lunaku Mukama lw'alidda omulundi ogw'okubiri. Tojja na kusobola kukkiririza mu kudda kwa Mukama kw'ennyini. Bw'oba tokkiririza mu kubaayo kwe Ggulu ne ggeyeena, tojja kufuna maanyi kutambulira mu kigambo kya Katonda, era tojja kufuna bulokozi.

Ggoolo Esinga Okuluubirirwa mu Bulamu Bw'Ekikristaayo

Mu 1 Bakkolinso 15:19, *"Oba nga mu bulamu buno bwokka mwe tubeeredde n'essuubi mu Kristo, tuli ba kusaasirwa okusinga abantu bonna."* Obutaba nga batakkiriza ab'ensi eno, Abaana ba Katonda, bo bajja mu kanisa, babeerawo mu Kusaba, era ne baweereza Mukama mu ngeri nnyingi ku lunaku olwa ssabbiiti. Okusobola okutambulira mu kigambo kya Katonda, batera okusiiba, ne basaba obutakoowa mu yeekaalu ya Katonda ku makya ennyo oba ekiro eyo muttumbi wadde ng'olumu bandyagadde okuwummula.

Era, tebeenoonyeza byabwe, naye baweereza abalala ne bawaayo obulamu bwabwe ku lw'obwakabaka bwa Katonda. Eyo ye nsonga nti singa tewaaliyo ggulu, abakkiriza baakusaasirwa okusinga bonna

Kyokka, nga kimanyiddwa nti Mukama akomawo okukutwala mu ggulu, era Akutegekera ekifo ekirungi. Ajja ku kuwa empeera okusinziira ku kye wasiga n'okukola mu nsi eno. Yesu agamba mu Matayo 16:27, *"kubanga Omwana w'Omuntu agenda kujjira mu kitiibwa kya Kitaawe ne bamalayika be n'alyoka asasula buli muntu nga bwe yakola."* Wano, "okusasula omuntu nga bwe yakola" tekitegeeza okugenda obugenzi mu ggulu oba mu ggeyeena. Ne mu bakkiriza abagenda mu ggulu, empeera n'ekitiibwa ebibaweebwa bya njawulo okusinziira ku ngeri gye beeyisangamu ku nsi kuno.

Abamu tebagala era batiira ddala okuwulira nti Mukama akomawo ekiseera kyonna. Kyokka nga, singa oyagalira ddala Mukama era ng'olina essuubi ly'eggulu, kyabutonde gwe okwesunga era okuba ng'olindirira okusisinkana Mukama wagira. Bw'oyatula n'akamwa ko nti, "Nkwagala nnyo, Mukama," naye nga toyagla nga n'okutya otya okuwulira nti Mukama akomawo ekiseera kyonna, tekisobola kugambibwa nti ddala oyagala Mukama.

N'olwekyo, olina okwaniriza Mukama omugole wo omusajja n'essanyu nga weesunga okujja Kwe okw'omulundi ogw'okubiri mu mutima gwo era nga weetegeka ng'omugole omukyala.

Okujja kwa Mukama okw'Ekitiibwa okw'Omulundi ogw'okubiri mu bbanga

Kyawandiikibwa mu 1 Basessalonika 4:16-17, *"Kubanga Mukama waffe yennyini alikka okuva mu ggulu n'okwogerera waggulu n'eddoboozi lya malayika omukulu n'ekkondeere lya Katonda: n'abo abaafiira mu Krito be balisooka okuzuukira; naffe abalamu abaasigalawo ne tulyoka tutwalibwa wamu nabo mu bire okusisinkana Mukama waffe mu bbanga; kale bwe tutyo tunaabeera ne Mukama waffe ennaku zonna."*

Mukama bwanadda nate mu bbanga, buli mwana wa Katonda ajja kukyuka afune omubiri ogw'omwoyo era akwatibwa mu bbanga okusisinkana Mukama. Waliwo abantu abaafa nga balokole, emibiri gyabwe gyaziikibwa naye emyoyo gyabwe girindirira mu Lusuku lwa Katonda. Abantu ng'abo tugamba nti "beebase mu Mukama." Emyoyo gyabwe gijja kwegatta n'emibiri gyabwe egy'emwoyo egyakyusiddwa okuva mu mibiri gyabwe emikadde egyaziikibwa. Bajja kuddibwako abo abajja okusisinkana Mukama nga tebalabye ku kufa, n'ebakyusibwa okudda mu mibiri egy'omwoyo, era ne bakwatibwa mu bbanga.

Katonda Embaga ey'Obugole Agigabira mu Bbanga

Mukama bw'anaakomawo mu bbanga, buli muntu eyalokoka okuva olubereberye ajja kwanirizibwa Mukama ng'omwami we omusajja. Mu kiseera kino, katonda atandika embaga ey'okumala Emyaka-omusanvu okubudabuda abaana Be abaalokolebwa okuyita mu kukkiriza. Ddala bateekwa okufuna empeera mu ggulu olw'ebikolwa byabwe oluvanyuma, naye kati, Katonda akyabakoledde embaga eno ey'omu bbanga okubudabuda abaana Be.

Eky'okulabirako, jeneraali bw'akomawo mu buwanguzi obw'amaanyi, Kabaka anaakola ki? Ajja kuwa jeneraali empeera nnyingi olw'emirimu gye egitasangika. Kabaka ayinza n'okumuwa

ennyumba, ettaka, sente, era n'embaga okusasulira emirimu gye.
Ne kino bwe kiri, Katonda awa abaana Be ekifo eky'okubeeramu n'empeera mu ggulu oluvanyuma lw'olunaku olw'omusango naye ng'ekyo tekinnaba, Abawa n'embaga ey'obugole okuganya abaana Be okweyagala n'okugabana essanyu. Wadde buli muntu kyakoledde obwakabaka bwa Katonda mu nsi eno kyanjawulo, Abawa embaga eno olw'okuba baalokoka.

Olwo, "ebbanga" liri ludda wa eyo embaga ey'emyaka omusanvu gy'eneebeera? "Ebbanga" ery'ogerwako wano teritegeeza mu bwengula bwe tulaba n'amaaso gaffe. Singa lino "ebbanga" bwe bwengula bw'olaba n'amaaso go, abo bonna abaalokoka bandibadde bajaguza mu mbaga nga batengejjera mu bwengula. Era, abantu abaakalokoka okuva olubereberye bateekwa okuba bangi, era abo bonna tebasobola kugya mu bbanga ery'omu bwengula bw'ensi eno.

Ate era, embaga erina okuba nga baagirowoozaako era ne bagitegeka bulungi mu bujjuvu kubanga Katonda Yennyini ya giteekawo okubudabuda abaana Be. Waliwo ekifo Katonda kyategekedde okumala ekiseera ekinene. Ekifo kino lye "Bbanga" Katonda lyategese embaga ey'emyaka-Omusanvu mw'eneebeera, era ng'ekifo kino kiri mu ggulu ery'okubiri.

"Ebbanga" lisangibwa mu Ggulu Ery'okubiri

Abaefeeso 2:2 w'ogera ku biseera *"bye mwatambulirangamu edda ng'emirembe egy'ensi eno bwe giri okugobereranga omukulu w'obuyinza obw'omu bbanga, omwoyo ogukoza kaakano mu baana abatawulira."* N'olwekyo "ebbanga" kye kifo n'emyoyo emibi gye girina obuyinza

Wabula, ekifo awanaaba embaga ey'emyaka-omusanvu n'ekifo awabeera emyoyo emibi si weewamu. Ensonga lwaki ekigambo "ebbanga" kikozesebwa mu byombi lwakuba by'ombi bisangibwa mu ggulu ery'okubiri. Kyokka, nga n'eggulu ery'okubiri si kifo kimu eky'ekute, naye kyawuddwamu ebifo eby'enjawulo. N'olwekyo ekifo Embaga ey'Emyaka-omusanvu gy'eneebeera n'ekifo emyoyo emibi gye gibeera byawuddwa.

Katonda yakola ensi empya ey'omwoyo eyitibwa Eggulu ery'Okubiri ng'atwala akatundu ku nsi ey'omwoyo yonna. Olwo n'akawulamu ebitundu bibiri. Ekimu ye Adeni, nga kino kye kitundu eky'ekitangaala kya Katonda, ate ekirala kye kitundu, eky'enzikiza Katonda kye y'awa emyoyo emibi.

Katonda yakola Olusuku Adeni, eyo Adamu gye yali alina okubeera okutuusa ng'okuteekateeka omuntu kutandise, ebuvanjuba wa Adeni. Katonda yatwala Adamu n'amuteeka mu lusuku luno. Era, Katonda awadde emyoyo emibi ekitundu ky'ekizikiza era n'agikkiriza gibeere eyo. Ekifo kino eky'ekizikiza ne Adeni byawuliddwa ddala.

Ekifo eky'Embaga ey'Obugole ey'Emyaka-Omusanvu

Olwo, Embaga Y'obugole ey'Emyaka Omusanvu eneekwatibwa wa? Olusuku Adeni kimu ku bifo ebingi ebisangibwa mu Adeni, era waliyo ebifo ebirala bingi mu Adeni. Mu bimu ku bifo ebyo, Katonda gyategese Embaga y'Obugole ey'emyaka Omusanvu gy'eneebeera.

Ekifo ewategekeddwa okuba Embaga Y'obugole ey'emyaka-

Omusanvu walungi nnyo okusinga Olusuku Adeni. Waliyo ebimuli ebirungi okukamala n'emiti. Ettaala ez'alangi ez'enjawulo nga zaaka bulungi, era ekifo kyonna kyetoolooddwa ebintu ebirungi ate nga biyonjo mu ngeri esikiriza. Era, kinene nnyo kubanga abo bonna abaalokolebwa okuva olubereberye bajja kubeera wamu mu mbaga eyo. Waliyo enyumba ennenne ennyo, esobola okugyaamu buli muntu yenna anaayitibwa okubaawo ku mbaga. Embaga ejja kubeera mu kizimbe kino, era wajja kubaayo ebintu ebinyuma biyitirivu. Kati, njagala nkwanirize eri ennyumba omunaabeera embaga y'Obugole ey'Emyaka Omusanvu. Nsuubira nti munaawulira essanyu ery'okuba omugole wa Mukama, ng'ono ye mugenyi omukulu ku mbaga.

Okusisinkana Mukama mu kifo Ekitangalijja era Ekirungi

Bw'otuuka mu kifo embaga w'egenda okukwatibwa, ojja kusanga ekisenge ekitangalijja ekijjudde ettaala ezitangalijja z'otalabangako. Owulira ng'omubiri gwo guwewuka okukira ebyoya. Bw'otuuka ku bisubi ebya kiragala, ebyo ebyetoolooddewo ebibadde tebirabika bulungi mu kusooka olw'ekitangaala eky'amaanyi bitandika okulabika eri amaaso go. Olaba obwengula n'ennyanja entangaavu obulungi era entukuvu obulungi nga bisobola n'okutta eriiso okumaala akaseera olw'obutangaavu bwayo. Ennyanja eno emasamasa ng'ebyokwewunda ebirina langi ez'enjawulo buli amazzi bwe geesuukunda.

Ku njuyi zaayo ennya, buli lumu lujjuddeko ebimuli era obutititi obutonotono obwa kiragala bu bikka ekifo kyonna. Ebimuli biba by'esuuba nga biringa ebikusiibula era osobola n'okuwunyiriza akawoowo kaabyo akalungi, era ak'amaanyi, k'otawunyirizangako. Wayitawo akaseera katono, ebinyonyi eby'alangi ez'enjawulo bijja n'ebikwaniriza nga bwe biyimba. Mu nyanja, entangaavu obulungi gy'osobola n'okulaba ebyo ebiri wansi waayo, eby'enyanja ebirungi okuzaama bigyayo emitwe gyabyo n'ebikwaniriza.

N'eku bisubi kw'oyimiridde bigonvu nga pamba. Empewo efuuwa engoye zo mpolampola nga bwezikugwako era nga ziweweera. Era mu kiseera ekyo, ekitangaala eky'amaanyi kijja mu maaso go era n'olaba omuntu omu ng'ayimiridde wakati w'ekitangaala ekyo.

Mukama Akugwa mu Kifuba n'akugamba nti "Omugole wange nkwagala Nnyo"

N'akamwenyumwenyu ku matama, Akuyita okujja Gyali nga ayanjuluzza emikono Gye. bw'omutuukako, Amaaso ge oba ogalaba bulungi. Olaba amaaso Ge omulundi ogusooka, naye oba omumanyi bulungi. Nti ye Mukama Yesu, Omugole wo omusajja, oyo gw'oyagala era gw'obadde weesunga okulaba ekiseera kino kyonna, amatama gatandika okukulukuta ku matama go. Tosobola kulekayo ku kulukusa maziga kubanga ojjukizibwa ebiseera bye wali oteekebwateekebwa ku nsi kuno.

Kati mukama omulaba maaso ku maaso oyo mu ye wasobola ng'okuyita mu mbeera zonna enzibu ne bwe wayita mu bigezo eby'amaanyi n'okuyigganyizibwa. Mukama ajja gy'oli, n'akugwa mu kifuba, era n'akugamba nti, "Omugole wange, Mbadde nindanga olunaku luno, Nkwagala nnyo."

Okuwulira kino, amaziga geeyongera okuyiika. Olwo

Mukama n'akusangula mpola mpola amaziga era n'akunyweza. Bw'otunula mu maaso Ge, oba osobola okuwulira omutima Gwe. "Byonna ebibyo mbimanyi. Manyi amaziga gonna n'okulumwa. wajja kubaayo ssanyu lyokka n'akusanyuka." Omaze bbanga ki ng'olindirira olunaku luno? Bw'oba mu kifuba Kye, obeera mu mirembe egisingirayo ddala, era essanyu n'obutajulirira bijjula omubiri gwi gwonna.

Kati, osobola okuwulira eddoboozi eddungi, eseeneekerevu kyokka nga liggumivu ery'enyimba ezitendereza. Olwo, Mukama n'akwata omukono gwo n'akutwala eri ekifo okutendereza gye kufubutuka.

Ekisenge omuli Embaga Y'obugole Kijjudde Amataala Ag'alangi Ez'enjawulo

Nga wayiseewo ekiseera, olaba ennyumba eyakula n'ewola kyokka nga nnungi okuzaama nga yonna emasamasa. Bw'oyimirira mu maaso ga Wankaaki ey'omumaaso ey'ennyumba eno, eggulawo mpolampola era ettaala ezitangalijja eziva mu nnyumba eno zivaayo. Bw'oyingira mu nnyumba eno ne Mukama obeera gyoli ettaala z'ezikuyingiza, waliwo ekisenge ekinene ennyo era nga tosobola kulenga biri ludda lwakyo olulala. Ekisenge kino kiwundiddwa n'ebyokuwunda, era nga kijjudde ettaala ezaaka obulungi era nga zirina langi ez'enjawulo ez'aka obulungi.

Eddoboozi ly'enyimba ezitendereza kati zitandise okuwulikika obulungi, era nga z'etooloola ekisenge kyonna mu ngeri ey'ekimpowooze. Olwo, Mukama amala n'alangirira nti Embaga ey'Obugole etandise mu ddoboozi ery'omwangaku era eriwaawaala. Embaga y'Obugole ey'emyaka-Omusanvu etandika, era kiba nga nti omukolo guno ogulaba mu kirooto

Owulira essanyu ly'akaseera kano? Wabula, si buli omu nti ali ku mbaga asobola okutambula ne Mukama mu ngeri eno. Abo bokka abalina ebisaanyizo beebasobola okumutambulira ku lusegere era ne babeera nga bamugwa n'emukifuba.

N'olwekyo, olina okwetegeka ng'omugole omukyala era wenyigire mu mbala ey'obwa Katonda. Kyokka, wadde ng'abantu bonna Mukama tajja kubakwata ku mukono, bajja kuwulira essanyu lye limu n'okuba abamativu.

Okuba mu Kaseera Akalungi Akajjudde Okuyimba n'Okuzina

Nga Embaga y'Obugole etandise, muyimba ne muzina ne Mukama, nga mujaguza erinnya lya Katonda Kitaffe. Muzina ne Mukama, ne mwogera ku biseera bye mwabeereerako ku nsi kuno, oba eggulu lye mugenda okubeeramu. Era mwogera ne ku kwagala kwa Katonda ne mu muddiza ekitiibwa. Musobola okunyumya emboozi ennungi ennyo n'abantu b'oludde ng'oyagala okufaanana okumala ebbanga ddene.

Ng'owoomerwa ekibala ekisaanuukira mu kamwa ko, nga bw'onywa ne ku Mazzi ag'Obulamu agakulukuta okuva ku Namulondo ya Kitaffe, embaga egenda mu maaso n'okunyuma. Wabula, tolina kubeera mu kizimbe kino munda okumala emyaka gyonna omusanvu. Ogira, n'ofulumako ebweru waakyo n'eweeyagalira ne mu mbeera ey'ebweru

Olwo, biki ebisanyusa ebikulindiridde ebweru w'ekizimbe? Osobola okufuna obudde okweyagalira mu butonde obulungi ng'okola emikwano n'obutititi obutonotono, emiti eminene, ebimuli, n'ebinyonyi. Osobola okutambula ne bantu bano abaagalwa ku nguudo eziwundiddwako ebimuli ebirungi ennyo nga bwe munyumya, oba okutendereza Mukama n'enyimba wamu n'okuzina. Era, waliyo ebintu bingi bye musobola okunyumirwa mu bifo eby'ekyangaala. Okugeza, abantu bayinza okugendako mu Lyato mu nnyanja n'abagalwa baabwe, oba ne Mukama Yennyini. Oyinza okugenda okuwuga oba n'onyumirwa ebintu ebirala bingi ebisanyusa n'emizanyo. Ebintu bingi ebikuwa essanyu eritasangika n'okunyumirwa bigabibwa olw'okufaayo kwa Katonda n'okwagala Kwe.

Ng'embaga Y'obugole ey'emyaka Omusanvu egenda mu maaso tewali ttaala lyonna lirina kugibwako. Adeni kifo kya kitangaala era teri kiro. Mu Adeni, tolina kwebaka okusobola okuwummula nga bwe kiri wano ku nsi. Wadde onyumiddwa kyenkana ki, tosbola kukoowa, wabula weeyongera kunyumirwa na kusanyuka.

Eyo yensonga lwaki towulira budde bwe bugenda, era emyaka omusanvu giba ng'enaku omusanvu oba essaawa omusanvu. Wadde bazadde bo, oba abaana bo, oba baganda bo tebaasitulibwa ng'era babonaabonera mu kubonyabonyezebwa okwa'amaanyi, ekiseera kidduka mangu olw'essanyu saako okunyumirwa by'otasobola kulowoozaako.

Okwongera Okwebaza Olw'okulokolebwa

Abantu b'omu lusuku Adeni n'abagenyi b'oku mbaga ey'Obugole basobola okulabagana, naye tebasobola kujja ne bagenda. Era, n'emyoyo emibi gisobola okulaba Embaga ey'obugole n'ammwe musobola okugiraba. Era, emyoyo emibi tegisobola wadde okulowooza okusemberera ekifo Embaga ey'Obugole weeri, naye ng'era osobola okugirengera. Nga giraba Embaga saako essanyu abagenyi lye balimu, emyoyo emibi girumwa nnyo. Eri gyo, okubeera nti tegyasobola kubaako omuntu omulala gwe gitwala mu ggeyeena n'okuwaayo abantu eri Katonda ng'abaana Be bulumi bw'amaanyi nnyo.

Ate gwe, bw'otunuulira emyoyo gino emibi, ojjukira ku ngeri gye gifubye ennyo okukulya ng'empologoma ewuluguma ng'enoonya gw'eneerya bwe wali ng'oteekebwateekebwa ku nsi.

Era, oyongera n'okwebaza ekisa kya Katonda Kitaffe, Mukama, n'Omwoyo Omutukuvu abaakukuuma eri amaanyi g'ekizikiza ne bakukulembera okufuuka omwana wa Katonda. Era, weeyongera okwebaza abo abaakuyamba okudda eri ekkubo ery'obulamu.

N'olwekyo Embaga ey'Obugole ey'Emyaka Omusanvu si kiseera kya kuwummula kyokka n'okubudabudibwa olw'obulumi bwe wayitamu ng'oteekebwateekebwa ku nsi, wabula n'okuba ekiseera eky'okukujjukiza ebiseera eby'oku nsi n'okuba nga weebaza olw'okwagala kwa Katonda.

Era olowooza n'eku bulamu obutaggwaawo mu ggulu eyo gyojja okusanyukira ennyo okusinga ne wano mu myaka Omusanvu egy'embaga. Essanyu mu ggulu terisobola kugerageranyizibwa n'eryo ery'omu mbaga ey'Obugole ey'Emyaka Omusanvu.

Emyaka-Omusanvu egy'Okubonabona Okw'amaanyi

Ng'embaga ey'obugole ey'okusanyuka ey'emyaka Omusanvu egenda mu maaso, mu bbanga, Emyaka-Omusanvu egy'okubonabona okw'amaanyi, okubonabona kujja kuba kugenda mu maaso wano ku nsi. Olw'amaanyi g'okubonyabonyezebwa okw'emyaka Omusanvu okutabeerangawo era okutalibaawo, ebisinga mu nsi bijja kw'onoonebwa era n'abantu abasinga abaalekebwa bajja kufa.

Kituufu, wajja kubaawo abalokolebwa ekyo kye bayita "obulokozi bw'abaasigalira." Waliyo bangi abajja okulekebwa ku nsi kuno oluvanyuma lw'okudda kwa Mukama okw'ekitiibwa okw'omulundi ogw'okubiri kubanga baali tebakkiririzaako ddala, oba abaali tebakkiriza bulungi. Kyokka, bwe baneenenya mu Myaka-Omusanvu egy'okubonabona Okw'amaanyi ne bafuuka abajjulizi, basobola okulokolebwa. Kino kiyitibwa "Obulokozi bw'abaasigalira."

Wabula okufuuka omujjulizi mu biseera by'okubonabona okunaamala Emyaka-Omusanvu, si kyangu. Wadde basazeewo okufuuka abajjulizi mu ntandikwa, beesanga bamaliriza beegaanyi Mukama olw'okubonyabonyezebwa okutaliimu kisa n'okuyigganyizibwa abo abatali-ba Kristo ababakaka okufuna obulambe bw'ennamba "666".

Batera okugaana n'amaanyi okufuna obulambe buno, kubanga bwe babukkiriza, bakimanya bumanya nti baba bafuuse ba Setaani. Kyokka, kiba kizibu nnyo okugumira okubonyabonyezebwa okujjudde obulumi obw'amaanyi.

Ebiseera ebimu olumu omuntu ne bwaba asobodde okugumira okubonyaabonyezebwa, kiba kizibu nnyo okulaba abantu be abaagalwa nga babonyaabonyezebwa. Yensonga lwaki kiba kizibu nnyo okulokolebwa kuno okuyitibwa "obulokozi b'wabaasigalira" Ate n'ekirala, olw'okuba abantu tebasobola kufuna buyambi bwonna okuva eri Omwoyo Omutukuvu mu kiseera kino, kiba kizibu nnyo okusigala mu kukkiriza.

N'olwekyo, Nsuubira nti teri musomi yenna ajja kwesanga mu Kubonaabona okw'amaanyi okw'okumala Emyaka-omusanvu. Ensonga lwaki nnyinyonyola ku kubonaabona okw'emyaka omusanvu kwe kwagala gwe omanye nti ebyo byonna eby'ogerwako mu Baibuli ku nkomerero y'ensi ebimu biri mu kutuukirizibwa n'ebirala bijja kutuukirizibwa ddala.

Ensonga endala kwe kwagala okukutegeeza nti abo abanaalekebwa ku nsi kuno nga abaana ba Katonda bamaze okutwalibwa mu bbanga. Abakkiriza abatuufu bwe banaatwalibwa mu bbanga n'ebeeyagalira mu mbaga ey'obugole ey'okumala emyaka omusanvu, okubonabona okw'okumala emyaka musanvu n'akwo kujja kuba kugenda mu maaso wano ku nsi.

Abajjulizi bafuna "Obulokozi bw'abaasigalira"

Oluvanyuma lw'okudda kwa Mukama mu bbanga, wajja kubaawo abo abeenenya olw'okukkiriza kwabwe okutaali kutuufu mu Yesu Kristo mu bantu abataatwalibwa mu bbanga.

Kiki ekibatwala eri "Obulokozi bw'abaasigalira" kye kigambo kya Katonda ekibuulirwa ekanisa ekiraga emirimu gya Katonda egy'amaanyi ekibuulirwa ennyo mu biro eby'oluvanyuma. Batandika okumanya engeri y'okulokokamu, ebintu ebijja okuddirira, n'engeri gye balina okweyisaamu mu nsi ebintu ebya yogerwako mu kigambo kya Katonda.

N'olwekyo waliyo abantu abeenenyeza ddala mu maaso ga Katonda era n'ebalokolebwa nga bafuuka abajjulizi. Kye kyo ekiyitibwa "obulokozi bw'abaasigalira." Era nga ne mu bantu abo mwe muli n'aba Yisiraeri. Bajja kutegeera "Obubaka bw'Omusaalaba" era bategeera Yesu, oyo gwe bataategeera nti Mulokozi, nti ddala ye Mwana wa Katonda era Omulokozi w'abantu bonna. Olwo bajja kwenenya n'abo bafune "obulokozi bw'abaasigalira." Bajja kukung'ana okusobola okukuza okukkiriza kwabwe nga bali wamu, era abamu ku bo bajja kutegeera omutima gwa Katonda era bafuuke abajjulizi okuba abalokole.

Mu ngeri eno, ebiwandiiko ebinnyonnyola ekigambo kya Katonda obulungi si biyamba kwongeza kukkiriza kw'abakkiriza bangi kyokka, naye bijja kuba bya mugaso nnyo eri abo abatatwaliddwa mu bbanga. N'olwekyo, olina okutegeera okwagala kwa Katonda n'okusaasira Kwe okungi, Oyo awadde abo abasigadde buli kimu wadde nga Mukama anaaba akomyewo mu bbanga omulundi omulala.

2. Ekyasa

Abagole abakazi abamaze Embaga yaabwe ey'Obugole etutte emyaka-omusanvu bajja kukka wansi ku nsi eno bafugire wamu ne Mukama okumala emyaka lukumi (Okubikkulirwa 20:4). Mukama bw'anadda ku nsi, ajja kugiyonja bulungi yonna. Ajja kusooka atereeze ebbanga olwo akole obutonde bwonna nga bulungi.

Okukyala nga mw'etoloola Ensi Erongooseddwa

Ng'abagole abaakafumbiriganwa bwe bagenda okuwummulamu, ojja kubaako gy'ogendanga ne Mukama omugole wo omusajja mu biseera bye Kyasa oluvanyuma lwe mbaga ey'Obugole ey'Emyaka – Omusanvu. Olwo wa, gyojja, okwagala okusinga okukyalako?

Abaana ba Katonda, abagole ba Mukama, bajja kwagala okukyalira ensi eno wano ne wali olw'okuba bajja kuba balina okugivaako essaawa yonna. Katonda ajja kugyawo ebintu byonna mu Ggulu Erisooka, gamba ng'ensi omuntu kweyateekebwateekebwa, enjuba, n'omwezi okubitwala eri ebbanga eddala oluvanyuma lw'Ekyasa.

N'olwekyo, oluvanyuma lw'Embaga ey'Obugole ey'okumala Emyaka Omusanvu, Katonda Kitaffe ajja kutereeza ensi ng'agirungiya era abaleke mugifugire wamu ne Mukama okumala emyaka lukumi nga tannagigyawo. Engeri eno yategekebwa dda mu nteekateeka ya Katonda nti Yatonda ebintu byonna mu ggulu ne mu nsi okumala ennaku mukaaga, era n'awummula ku lunaku olw'okutaano. Ate era kyagendererwamu gwe obutawulira bubi olw'okuba ovudde ku nsi ng'akuleka n'ogifugira wamu ne Mukama okumala emyaka lukumi. Ojja kuwulira bulungi nnyo okufugira awamu ne Mukama okumala emyaka lukumi ku nsi eno ediziddwa obuggya obulungi ennyo. Okukyalira ebitundu byonna ku nsi gye wali totuukanga ng'okyabeera ku nsi kisobola okukuwuliza essanyu lyotawulirangako.

Okufuga Emyaka Lukumi

Mu kiseera kino, omulabe Setaani tabaawo. Ng'obulamu mu Lusuku Adeni bwe buli, n'eno mu kiseera kino wajja kubaayo ddembe na kuwummula byokka mu mbeera enzikakkamu. Era, abo abalokole ne Mukama bajja kubeera ku nsi kuno, naye tebajja

Embaga Ey'okumala Emyaka-musanvu

kuba n'abantu ab'omubiri abaasimattuka okuyigganyizibwa okw'amaanyi. Abantu abalokole ne Mukama bajja kubeera mu kifo kya njawulo ekiringa olubiri lw'abakungu oba ennyumba ewundiddwa obulungi. Kwe kugamba, abo ab'omwoyo bajja kubeera mu nnyumba eno ewundiddwa obulungi, ate bo ab'omubiri ebweru w'enyumba kubanga emibiri egy'omwoyo tegisobola kubeera mu kifo kimu na gya mubiri.

Abantu ab'omwoyo bajja kuba baakyusibwa dda okudda mu mibiri egy'Omwoyo era bajja kuba n'obulamu obutagwaawo. N'olwekyo bajja kubeerawo nga bawunyiriza obuwoowo obulungi obw'ebimuli, naye olumu basobola okulya n'abantu ab'omubiri bwe baba bali wamu. Kyokka, ne bwe balya, tebafuluma nga bantu ba mubiri wadde balidde mmere yennyini, bagifulumya ng'edda mu mpewo okuyita mu kussa.

Abantu ab'omubiri essira bajja kulissa ku kwongeza muwendo kubanga abanaaba bawonyeewo mu kubonyabonyezebwa okw'emyaka-omusanvu tebajja kuba bangi. Mu kiseera kino, tejja kuba ndwadde, wadde obubi kubanga ebbanga lijja kuba liyonjo, era n'omulabe Setaani bajja kuba tebaliiwo. Kubanga Omulabe Setaani abo abafuga obubi bagaliddwa era basibe mu kinnya ekitalina kkomo, ekiytibwa Abiisi, era abatali batuukirivu era ababi mu kikula ky'omuntu tebajja kubaako bw'ogerero bwonna (Okubikkulirwa 20:3). Era, olw'okuba tewakyali kufa, ensi ejja kuddamu ejjule abantu.

Olwo, abantu ab'omubiri banaalya ki? Adamu ne Kaawa bwe babeeranga mu Lusuku Adeni, balyanga bibala byokka n'ebimera ebizaala empeke (Olubereberye 1:29). Oluvanyuma lwa Adamu ne Kaawa okujeemera Katonda baagobebwa mu lusuku Adeni,

71

n'ebatandika okulya ebimera eby'omu nnimiro (Olubereberye 3:18). Oluvanyuma lw'amataba ga Nuuwa, Ensi n'eyongera okwonooneka era Katonda nakkiriza omuntu okulya ennyama. Ndowooza okiraba nti abantu gye baakoma okw'onooneka, ne mmere eriibwa gye yakoma okufuuka embi.

Mu biseera by'ekyasa, abantu bajja kulya ebimera eby'omu nnimiro oba ebibala eby'oku miti. Bano tebajja kulya nnyama yonna, ng'abantu abaliwo ng'omulemba gwa Nuuwa tegunaba, kubanga tejja kuba bubi bwonna wadde okutta. Era, olw'okuba by'onna eby'obugunjufu bijja kuba by'onooneddwa olw'entalo mu myaka omusanvu egy'okubonaabona, bajja kudda mu mbeera ez'obutali bugunjufu mu bulamu era beeyongere obungi ku nsi Mukama gye yalongoosa. Bajja kutandika buppya mu butonde obutaliimu zigiri yenna, obutayonooneddwa, obulimu eddembe, era nga bulungi.

Era, wadde baali balabye ku nkulaakulana ey'amaanyi ng'okubonabona okw'amaanyi tekunnaba era nga baalina amagezi, amagezi ensi g'eriko olwa leero, tegasobola kutuukikako mu kiseera ekitono ng'emyaka kikumi oba bibiri. Naye, ekiseera bwe kinaayitawo abantu bajja kukung'aanya amagezi gaabwe, olwo basobola okubaako enkulakulana ng'eya leero gye batuukako ekyasa wekinaggwerako.

3. Eggulu Ligabibwa Oluvanyuma lw'Olunaku olw'omusango

Oluvanyuma lw'Ekyasa, Katonda ajja kuta omulabe Sitaani abadde yasibibwa mu kinnya Abisa ekitaliiko kkomo naye nga kino kya kumala akaseera katono (Okubikkulirwa 20:1-3). Wadde Mukama Yennyini yanaaba afuga ku nsi eno okusobola okulung'amya abantu ab'omubiri abaawonawo mu kubonaabona n'abaana baabwe eri obulokozi obutaggwaawo, Okukkiriza kwabwe si kutuufu. N'olwekyo, Katonda aleka omulabe Sitaane okubakema.

Bangi ku bantu ab'omubiri bajja kulimbibwa omulabe sitaane era bajja kugende eri ekkubo ly'okuzikirira (Okubikkulirwa 20:8). N'olwekyo abantu ba Katonda era bajja kuddamu okutegeera ensonga lwaki Katonda yalina okukola ggeyeena n'okwagala kwa Katonda oyo ayagala okufuna abaana abatuufu okuyita mu kuteekebwateekebwa kw'abantu.

Emyoyo emibi eginaaba gitereddwa okumala akabanga akatono gijja kuddamu gikwatibwe giteekebwe mu kinnya ekitaliiko kkomo, era okusala Omusango okw'oku Namulondo Enjule kujja kubaawo (Okubikkulirwa 20:12). Olwo, Okusala Omusango ku Namulondo Enjeru kunaakolebwa kutya?

Katonda Ye Mulamuzi omukulu mu Kusala Omusango okw'oku Namulondo Enjeru

Mu mwezi ogw'omusanvu omwaka gwa 1982, bwe nali nga nsabira okuggulawo kwe Kanisa, N'ategeera ku lunaku lw'okusala omusango okw'oku Namulondo Enjeru mu bujjuvu. Katonda yandaga ekifaananyi nga kiraga Katonda bwasalira buli omu omusango. Mu maaso ga Namulondo ya Katonda Kitaffe, weewaali wayimiridde Mukama ne Musa, era okwetooloola Namulondo waliwo abantu abaali bakola ng'abaali bawuliriza omusango.

Obutafaananako n'abalamuzi ba nsi eno, Katonda Ye atuukiridde era takola nsobi yonna. Kyokka, Akyalamulira wamu ne Mukama oyo akola ng'ayogerera okwagala, Musa nga yakola ng'omusomi w'amateeka, era ng'abantu abalala abaze mu kkooti. Okubikkulirwa 20:11-15 wanyonyolera ddala nga Katonda bw'anaalamula.

> *Ne ndaba entebe ey'obwakabaka ennene enjeru, n'oyo eyali agituddeko, eggulu n'ensi ne bidduka mu maaso ge; era tebyazuulirwa na kifo. Ne ndaba abafu, abakulu n'abato, nga bayimiridde mu maaso g'entebe; ebitabo ne bibikkulwa; n'ekitabo ekirala ne kibikkulwa, kye ky'obulamu: abafu ne basalirwa omusango mu ebyo ebyawandiikibwa mu bitabo, ng'ebikolwa bya bwe bwe byali. N'ennyanja n'ereeta abafu abalimu, n'okufa n'Amagombe ne bireeta abafu abalimu ne basalirwa omusango buli muntu ng'ebikolwa byabwe bwe byali. N'okufa n'Amagombe ne bisuulibwa mu nnyanja ey'omuliro. Eyo kwe kufa okw'okubiri, ennyanja ey'omuliro. Era omuntu yenna ataalabika mu kitabo eky'obulamu, n'asuulibwa mu nnyanja ey'omuliro.*

"N'amulondo ey'Obwakabaka Ennene Enjeru" wano kitegeeza Namulondo ya Katonda, oyo omulamuzi. Katonda, ng'atudde ku namulondo enkyamufu ennyo nga ddala "Njeru bwe ttuku," ajja kusala omusango ogusembyalo n'okwagala saako obutuukirivu okusindika ebisusunku so si eng'ano, mu muliro.

Ye nsonga lwaki olumu kiyitibwa Okusala omusango okw'oku Namulondo Enjeru. Katonda omusango ajja kugusala okusinziira ku "kitabo ky'obulamu" ekyo ekirimu amannya g'abo abalokole n'ebitabo ebirala ebiwandiikibwamu ebyo ebikolwa bya buli muntu.

Abo Abatali Balokole Bajja Kusuulibwa mu Ggeyeena

Mu maaso ga Namulondo ya Katonda, tewali kitabo kya bulamu kyokka, naye n'ebitabo ebirala ebyo omuwandiikibwa ebyo ebikolwa bya buli muntu ssekinnoomu oyo atakkiriza Mukama oba ataalina kukkiriza kutuufu (Okubikkulirwa 20:12). Okuva ekiseera abantu lwe bazaalibwa okutuuka ku kiseera Mukama kwayitira emyoyo gyabwe, buli kikolwa kiwandiikibwa mu bitabo bino. Okugeza, okukola ebikolwa ebirungi, okulayirira obwereere, okukukuba omuntu, oba okunyiiga n'abantu byonna emikono gy'abamalayika gibiwandiika mu bitabo bino.

Nga bw'oyinza okuwandiika n'okukwata emboozi emu oba ebibaddewo okumala ekiseera okuyita mu butambi obukwata ebifaananyi oba obukwata amaloboozi, ne bamalayika bawandiika oba okukwata ebyo byonna ebibaddewo mu bitabo mu ggulu nga bagoberera ekiragiro kya Katonda Omuyinza wa byonna. N'olwekyo, okusala omusango okw'oku namulondo ennene enjeru kujja kubaawo awatali nsobi yonna. Olwo, okusala omusango kunaakolebwa kutya?

Abo abatali balokole be bajja okusooka okusalirwa omusango. Abantu bano tebayinza kujja mu maaso ga Katonda okusalirwa omusango kubanga b'onoonyi. Bajja kusalirwa eyo mu Magombe, ekifo Awalindirwa ekya ggeyeena. Wadde tebaze mu maaso ga Katonda, okusala omusango kujja kugenda mu maaso era nga temuli kusaaga wadde okuttirwa ku liiso nga kulinga okukolerwa

mu maaso ga Katonda yennyini.
Mu b'onoonyi, Katonda ajja kusooka n'abo abalina ebibi ebinene. Oluvanyuma lw'okusala omusango ogw'abo abatali balokole, bonna bajja kugenda mu nnyanja ey'omuliro oba ennyanja erimu ekirungo eky'aka ennyo ekiyitibwa sulfur wamu era babonerezebwe.

Abalokole Bafuna Empeera mu Ggulu

Ng'okusala omusango ogw'abo abatali balokole kuwedde mu ngeri eyo, okugaba empeera eri abo abalokole kwe kujja okuddako. Nga bwe kyasuubizibwa mu kubikkulirwa 22:12, *"Laba, njija mangu, n'empeera yange eri nange, okusasula buli muntu ng'omulimu gwe bwe guli,"* Ebifo n'empeera mu ggulu bijja kugabibwa okusinziira.

Okugabibwa empeera kujja kugenda mu maaso mu mirembe mu maaso ga Katonda kubanga bo baana ba Katonda. Okugaba empeera kujja kutandika n'abo abawangudde ezisingayo ekitibwa era kusembyeyo abo ab'okufuna ezisembayo, olwo abaana ba Katonda balyoke baweebwe ebifo byabwe nga bwe bitegekeddwa mu ggulu.

So teebenga kiro nate; tebeetaaga kumulisa kwa ttabaaza n'omusana gw'enjuba; kubanga Mukama Katonda anaabawanga omusana era banaafuganga emirembe n'emirembe (Okubikkulirwa 22:5).

Wadde embeera enzibu n'ebizibu bingi mu nsi muno, naye nga ddala ssanyu lyenkana ki ly'olina okuba nti olina esuubi ly'eggulu! Eyo, gy'obeerera ne Mukama olubeerera nga waliyo ssanyu lyokka na kusanyuka nga teri maziga, nnaku, bulumi wadde okufa.

Njogeddeko katono nnyo ku myaka Omusanvu-egy'Embaga ey'Obugole, n'emyaka olukumi egikola Ekyasa egy'o mw'ojja okufugira awamu ne Mukama. Bwe biba ng'ebiseera-bino ebikulembera obulamu mu ggulu bya ssanyu nnyo, olwo ate olowooza essanyu linaaba lyenkana ki erinaaba mu bulamu obw'omu ggulu? N'olwekyo, Olina okudduka eri ekifo kyo n'empeera yo ebikutegekeddwa mu ggulu okutuusa ekiseera Mukama lwanaakomawo akutwale.

Lwaki ba jjajjaffe ab'okukkiriza baafuba nnyo mu buzibu n'okubonabona okukwata akakubo kano akafunda aka Mukama, mu kifo kye kkubo eggazi ery'ensi eno? Baasiiba n'ebasaba ebiro bingi okwegyako ebibi byabwe era n'ebeeweerayo ddala kubanga baalina essuubi ly'eggulu. Kubanga bakkiririza mu Katonda oyo eyali ow'okubawa empeera mu ggulu okusinziira ku bikolwa byabwe, Baafuba nnyo obutakoowa okwetukuza era n'okuba ab'esigwa mu byonna mu nnyumba ya Katonda.

N'olwekyo, Nsaba mu linnya lya Mukama nti tojja kukoma mu kwenyigira mu Mbaga y'Obugole ey'Emyaka-Omusanvu obeera mu mikono gya Mukama, wabula ofube okusigala kumpi nnyo ne Namulondo ya Katonda mu ggulu ng'ogezaako nga bw'osobola n'essuubi ery'amaanyi ery'eggulu.

Essuula 4

Ebyama bye Ggulu Ebyakisibwa okuva Olubereberye

1. Ebyama by'Eggulu eby'akisibwa bya Bikkulwa Okuva Mu Biro Bya Yesu

2. Ebyama by'Eggulu ebya bikkulibwa eby'ebiro eby'enkomerero

3. Mu Nnyumba ya Kitange Mulimu Ebifo Bingi

*"N'addamu n'abagamba nti Mmwe
muweereddwa okumanya ebigambo
eby'ekyama eby'obwakabaka obw'omu ggulu,
naye bo tebaweereddwa. Kubanga buli alina,
aliweebwa, era alisukkirirawo:
naye buli atalina aliggibwako ne ky'ali nakyo.
Kyenva njogera nabo
mu ngero kubanga bwe balaba tebalaba,
bwe bawulira, tebawulira, so tebategeera."*

*Ebigambo ebyo byonna
Yesu yabigamba ebibiina mu ngero;
naye awatali lugero teyabagamba kigambo
kituukirire ekyayogererwa mu nnabbi,
ng'agamba nti Nndyasamya
akamwa kange mu ngero;
ndireeta ebigambo ebyakwekebwa,
okuva ku kutondebwa kw'ensi.*

- Matayo 13:11-12, 34-35 -

Olunaku lumu, Yesu yatuula ku lubalama lwe nnyanja, Abantu bangi n'ebakung'ana. Olwo Yesu N'abagamba ebintu bingi mu ngero. Abayigirizwa ba Yesu ne bamubuuza ekiseera kino, *"Lwaki oyogera n'abo mu ngero?"* Yesu N'abaddamu:

Mmwe muweereddwa okumanya ebigambo eby'ekyama eby'obwakabaka obw'omu ggulu, naye bo tebaweereddwa. Kubanga buli alina, aliweebwa, era alisukkirirawo: naye buli atalina, aliggibwako ne ky'ali nakyo. Kyenva njogera nabo mu ngero; kubanga bwe balaba tebalaba, bwe bawulira, tebawulira, so tebategeera. Naye Isaaya bye yalagula ibatuukiriridde, ebyayogera nti Muliwulira buwulizi, naye temulitegeera; Muliraba bulabi, naye temulyetegereza: Kuba omutima gw'abantu bano gusavuwadde, n'amatu gaabwe gawulira bubi N'amaaso gaabwe baagazibye; Baleme okulaba n'amaso, n'okuwulira n'amatu, n'okutegeera n'omutima, n'okukyuka, Ne mbawonya. Naye amaaso gammwe galina omukisa, kubanga galaba; n'amatu gammwe, kubanga gawulira. Kubanga mazima mbagamba nti Bannabbi bangi n'abantu abatuukirivu abeegombanga okulaba bye mutunuulira, so tebaabiraba; n'okuwulira bye muwulira, so tebaabiwulira (Matayo 13:11-17).

Nga Yesu bwe yagamba, Bannabbi bangi n'abatuukirivu tebasobola kulaba oba okuwulira ebyama by'Obwakaba bw'eggulu wadde baayagala nnyo okubiraba n'okubiwulira.

Kyokka, olw'okuba Yesu, nga naye yennyini Katonda, yajja ku nsi kuno (Bafiripi 2:6-8), Kyakkirizibwa ebyama by'eggulu okubikkulirwa eri abayigirizwa Be.

Nga bwe Kyawandiikibwa mu Matayo 13:35, *"Kituukirire ekyyogererwa mu nnabbi, ng'agamba nti:'Ndyasamya akamwa kange mu ngero;Ndireeta ebigambo ebyakwekebwa okuva ku kutondebwa kw'ensi,"* Yesu Yayogereranga mu ngero okutuukiriza eby'awandiikibwa.

1. Ebyama by'Eggulu eby'akisibwa bya Bikkulwa Okuva Mu Biro Bya Yesu

Mu Matayo 13, mulimu engero nnyingi ez'ogera ku ggulu. Kino kiri bwe kityo lwa kuba awatali ngero, tosobola kutegeera n'okuzuula ebyama by'eggulu ne bw'osoma Baibuli emirundi mingi.

Obwakabaka obw'omu ggulu bufanaanyizibwa n'omuntu eyasiga ensigo ennungi mu nnimiro ye (olu. 24).

Obwakabaka obw'omu ggulu bufaanana n'akaweke ka kaladaali, omuntu ke yaddira, n'akasiga mu nnimiro ye: nako nga ke katono okusinga ensigo zonna; naye bwe kaakula, ne kaba kanene okusinga omuddo gwonna, ne kaba omuti, ennyonyi ez'omu bbanga nga zijja, nga zibeera ku matabi gaagwo (olu. 31-32).

Obwakabaka obw'omu ggulu bufaanana n'ekizimbulukusa, omukazi kye yaddira, n'akisa mu bubbo busatu obw'obutta,n'okuzimbulukuka ne buzimbulukuka bwonna (olu. 33).

Obwakabaka obw'omu ggulu bufaanana n'eky'obuggagga ekyakisibwa mu lusuku,omuntu n'akiraba, n'akikweka, n'olwessanyu lye n'agenda n'atunda by'ali nabyo byonna, n'agula olusuku olwo (olu. 44).

Nate, obwakabaka obw'omu ggulu bufaanana omuntu omutunzi anoonya eruulu ennungi, bwe yalaba eruulu emu ey'omuwendo omungi, n'agenda n'atunda by'ali nabyo byonna, n'agigula (olu. 45-46).

Nate, obwakabaka obw'omu ggulu bufaanana ekiragala kye basuula mu nnyanja, ne kikung'aanya ebya buli ngeri; bwe kyajjula, ne bakiwalulira ku ttale, ne batuula ne bakung'anyiza ebirungi mu nkanga,ebibi ne babisuula (oluv. 47-48).

Mu ngeri y'emu, Yesu yabuulira ku ggulu, nga lino lisangibwa mu nsi ey'omwoyo, okuyita mu ngero nnyingi. Olw'okuba eggulu liri mu nsi ey'omwoyo etalabwako, oyinza kugitegeera ng'eyogeddwako mu ngero.

Okusobola okuba n'obulamu obutaggwaawo mu ggulu, olina

okutambulira mu bulamu obulambulukufu, olina okutambulira mu bulamu obutuufu obw'okukkiriza ng'omanyi engeri y'okufunamu eggulu, abantu ba kika ki abanaayingirayo, na ddi lwe bunaatuukirizibwa.

Ggoolo esingirayo ddala ey'okugendanga ku kanisa n'okutambulira mu bulamu obw'okukkiriza? Kwe kulokolebwa okusobola okugenda mu ggulu. kyokka, bw'oba tosobola kugenda mu ggulu kyokka ng'obadde ogenda nnyo mu kanisa okumala ekiseera ekiwanvu, nga kiba kijja kuba kya nnaku gyoli?

Ne mu biseera bya Yesu, abantu bangi baagonderanga amateeka era ne baatuulanga okukiriza kwabwe mu Katonda, naye nga baali tebatuukiridde okulokolebwa era bagende mu ggulu. Mu Matayo 3:2, olw'ensonga eno, Yokaana Omubatiza ayogera nti, *"Mwenenye, kubanga obwakabaka obw'omu ggulu bunaatera okutuuka!"* era n'ategeka ekkubo lya Mukama. Era, mu Matayo 3:11-12, yagamba abantu nti Yesu ye Mulokozi era Mukama ow'okusala Omusango, ng'ayogera nti, *"Nze mbabatiza na mazzi olw'okwenenya, naye oyo ajja ennyuma wange ye ansinga amaanyi, sisaanira na kukwata ngatto ze, oyo alibabatiza n'Omwoyo Omutuku n'omuliro. Olugali lwe luli mu mukono gwe, naye alirongoosa nnyo egguuliro lye; alikung'aanyiza eng'aano mu ggwanika, naye ebisusunku alibyokya n'omuliro ogutazikira."*

Wadde guli gutyo, aba israeli abaaliwo mu kiseera ekyo tebaakoma ku butategeera nti Ye Mulokozi kyokka, wabula ne bagenda mu maaso n'okumukomerera. Kyannaku nti ne gye buli eno bakyalindirira omununuzi!

Ebyama by'Eggulu ebya Bikkulirwa Omutume Paulo

Wadde omutume Paulo teyali omu ku bayigirizwa ba Yesu abasooka ekkumi n'ababiri, tewali n'omu yamusinga kuweera Yesu Kristo bujjulizi. Nga Paulo tannasisinkana Mukama, yali mufalisaayo eyali akuumye n'obwegendereza amateeka n'eby'ennonno bya bayudaaya, era nga Muyudaaya eyalina obutuuze bw'abaruumi okuva lwe yazaalibwa, era nga yeenyigira nnyo mu kuyigganya Abakristaayo abasooka.

Wabula, ng'amaze okusisinkana Mukama bwe yali agenda e Damasika, Paulo yakyusa endowooza ye era n'akulembera abantu bangi eri ekkubo ly'obulokozi ng'amaanyi ge gonna agatadde ku kubunyisa njira eri abo Abamawanga. Katonda yamanya nti Paulo ajja kubonaabona nnyo mu bulumi n'okuyigganyizibwa ng'abuulira enjiri. Yensonga lwaki Yamubikkula eby'ama eby'ewunyisa eby'eggulu eri Paulo abeera ng'asobola okudduka eri ggoolo (Bafiripi 3:12-14). Katonda yamuganya okubuulira enjiri n'essanyu erisingirayo ddala ng'asuubira eggulu.

Bw'osoma ebbaluwa Paulo ze yawandiika, olabira ddala nti yawandiika ng'ajjudde Omwoyo Omutukuvu bwe yali ayogera ku kudda kwa Mukama, abakkiriza okukwatibwa mu bbanga, ebifo byabwe eby'okubeera mu ggulu, ekitiibwa ky'eggulu, empeera ez'olubeerera n'engule, Melchizedek omubuulizi ow'olubeerera, ne Yesu Kristo.

Mu 2 Bakkolinso 12:1-4, Paulo agabana by'ayiseemu ne kanisa ye kkolinso gye yali atandise, eyali tetambulira ku kigambo kya Katonda.

Eggulu I

King'wanidde okwenyumiriza newankubadde nga tekusaana naye ka ng'ende mu kwolesebwa n'okubikkulirwa kwa Mukama wafe. Mmanyi omuntu mu Kristo eyaakamala emyaka ekkumi n'ena oba mu mubiri, ssimanyi, Katonda amanyi, okutwalibwa omuntu ali bwatyo mu ggulu ery'okusatu. Era mmanyi omuntu ali bwatyo oba mu mubiri oba awatali mubiri simanyi Katonda yamanyi, bwe tatwalibwa mu mu lusuku lwa Katonda, n'awulira ebigambo ebitayogerekeka, ebitasaanira muntu kubyatula.

Katonda yalonda omutume Paulo okubuulira enjiri eri Abamawanga, n'amukyusa n'omuliro, era n'amuwa okwolesebwa n'okubikkulirwa. Katonda yamusobozesa okuvunuka ebizibu byonna n'okwagala, okukkiriza, wamu n'esuubi ery'eggulu. Okugeza, Paulo yayatula nti yatwalibwa mu lusuku lwa Katonda mu Ggulu ery'okusatu era n'awulira ebyama by'eggulu ng'emyaka kumi n'ena teginnaba, nti byali birungi nnyo ng'omuntu takkirizibwa kubyogera

Omutume ye muntu ayitiddwa Katonda era n'agondera okwagala Kwe mu byonna. Wadde guli gutyo, waaliwo abantu mu ba memba be kanisa ya bakkolinso abaali balimbiddwa abasomesa ab'obulimba era nga batandise okuvumirira Omutume Paulo.

Mu kiseera kino, omutume Paulo yamenya ebizibu bye yali ayiseemu olwa Mukama era n'ababuulirako n'ebyo eby'omwoyo bye yali ayiseemu okusobozesa abakkolinso okudda eri Mukama olwo bafuuke abagole ba Mukama abalungi, nga batambulira mu kigambo kya Katonda. Yali tagenderera kwenyumiriza olw'ebyo byayiseemu eby'omwoyo, wabula okuzimba n'okuzaamu amaanyi ekanisa ya Kristo ng'abakakasa nti mutume era ng'awa n'ensonga. Kyolina okutegeera wano nti okubikkulirwa n'okwolesebwa okuva ewa Katonda biweebwa abo bokka abatereevu mu maaso ga Katonda. Era, obutafaananako na ba memba b'ekanisa ye kkolinso abo abaalimbibwa abasomesa abakyamu n'ebakolokota Paulo, tolina kusalira muntu musango oyo akola obutaweera okugaziya obwakabaka bwa Katonda, n'okulokola abantu bangi, era ng'ayagalibwa ne Katonda.

Ebyama by'Eggulu Ebyalagibwa Omutume Yokaana

Omutume Yokaana yali omu ku bayigirizwa ekkumi n'ababiri era yali ayagalibwa nnyo Yesu Kristo. Yesu Yennyini yali tamuyise "Muyigirizwa" kyokka naye ng'amukuzizza n'emu by'omwoyo asobole okuweereza omusomesa we nga tamuli wala. Yalina obusungu obw'ettumbiizi era ng'ayitibwa "mutabani wa laddu," naye yafuuka omutume ow'okwagala oluvanyuma lw'okukyusibwa amaanyi ga Katonda. Yokaana yagoberera Yesu, ng'anoonya skitiibwa mu ggulu. Era ye yali omuyigirizwa yekka eyawulira ebigambo omusanvu ebyasembayo Yesu bye yayogera ku musaalaba. Yali mwesigwa mu mirimu gye gyonna ng'omutume, era n'afuuka omusajja ow'amaanyi mu ggulu.

Olw'okuyigganyizibwa okwavanga mu bwakabaka bwa ba Rooma okwamaanyi, nga bayigganya Abakristaayo, Yokaana yasuulibwa mu butto eyali yeeseera, era tebaamutta wabula n'abamuwang'angusiza mu bizinga ebiyitibwa Patmos. Era eyo, yawuliziganya ne Katonda mu buziba era n'awandiika ekitabo ky'okubikkulirwa ekijjudde ebyama bye ggulu.

Yokaana yawandiika ku bintu bingi eby'omwoyo nga Namulondo ya Katonda n'ey'Omwana gw'Endiga mu ggulu, okusinza mu ggulu, Ebyo ebirina obulamu ebina eby'etoolodde Namulondo ya Katonda, Emyaka-omusanvu egy'okubonaabona okwamaanyi n'omulimu gw'aba malayika, Embaga ey'obugole ey'Omwana gw'Endiga saako Ekyasa, Olunaku olw'omusango ku ntebe ennene Enjeru, ggeyeena, Yerusaalemi Empya mu ggulu, n'ekinnya ekitaliiko kkomo ekiyitibwa Abiisi.

Yensonga lwaki Omutume Yokaana ayogera mu Kubikkulirwa 1:1-3 nti ekitabo kyawandiikibwa okuyita mu kubikkulirwa n'okwolesebwa kwa Mukama, era nti awandiika buli kimu wansi kubanga byonna byawandiise ekiseera ky'abyo kiri kumpi.

Okubikkulirwa kwa Yesu Kristo, Katonda kwe yamuwa okulaga abaddu be ebigwanira okubaawo amangu; n'abuulirira mu malayika we ng'amutuma eri omuddu we Yokaana, eyategeera ekigambo kya Katonda n'okutegeeza kwa Yesu Kristo, byonna bye yalaba. Alina omukisa oyo asoma, n'abo abawulira ebigambo by'obunnabbi buno, era n'abakwata ebiwandiikiddwa mu bwo; kubanga ekiseera kiri kumpi.

Ebigambo nti "ekiseera kiri kumpi" bitegeeza nti okudda kwa Mukama kuli kumpi. N'olwekyo, kikulu nnyo okuba n'ebisaanyizo okuyingira eggulu ng'olokoka n'okukkiriza.

Wadde ng'ogenda ku kanisa buli wiiki, tosobola kuba mulokole okujjako ng'olina okukkiriza okuwerekeddwako ebikolwa. Yesu akugamba, *"Buli muntu ang'amba nti Mukama wange, Mukama wange, si ye aliyingira mu ggulu wabula oyo akola kitange ali mu ggulu by'ayagala"* (Matayo 7:21). N'olwekyo bwotakola nga kigambo kya Katonda bwe kigamba kyeraga lwatu nti tosobola kuyingira Ggulu.

N'olwekyo, omutume Yokaana annyonyola ebyo ebiribaawo n'obunnabi ebijja okubaawo bituukirizibwa amangu ddala mu bujjuvu okuva ku kubikkulirwa 4 n'okweyongerayo, era n'amaliriza n'okudda kwa Mukama nga n'olwekyo olina okwoza ebyambalo byo.

Laba,njija mangu; n'empeera yange eri nange, okusasula buli muntu ng'omulimu gwe bwe guli. Nze Alufa ne Omega, ow;olubereberye era omukoobezi, okusooka n'enkomerero. Baweereddwa omukisa abayoza ebyambalo byabwe, balyoke babeere n'obuyinza ku muti ogw'obulamu, era balyoke bayingie mu kibuga nga bayita mu miryango (Okubikkulirwa 22:12-14).

Mu by'omwoyo, "ebyambalo" kiyimirirawo okutegeeza omutima gw'omuntu n'ebikolwa bye. Okwoza ebyambalo kitegeeza okwenenya ebibi era n'okugezaako okutambula nga Katonda bwayagala.

N'olwekyo gy'okoma okutambulira mu kigambo kya Katonda, ojja kuyita mu wankaaki ez'enjawulo okutuuka lw'onooyingira mu ggulu erisingirayo ddala obulungi, ekyo ekiyitibwa Yerusaalemi Empya.

N'olwekyo, olina okukimanya nti okukkiriza kwo gye kukoma okukula, n'ekifo eky'okubeeramu mu ggulu gye kijja okukoma okuba ekirungi.

2. Ebyama by'Eggulu ebya bikkulibwa eby'ebiro eby'enkomerero

Katwongere okusoggola ebyama by'eggulu ebyo ebya bikkulibwa era nga bya kutuukirira mu biseera by'enkomerero okuyita mu ngero za Yesu mu Matayo 13.

Ajja Kwawula Ababi Okuva Mu Batuukirivu

Mu Matayo 13:47-50, Yesu agamba nti obwakabaka obw'omu ggulu bulinga ekiragala kye basuula mu nnyanja, ne kikung'aanya ebya buli ngeri. Kino kitegeeza ki?

Nate, obwakabaka obw'omu ggulu bufaanana ekiragala, kye basuula mu nnyanja, ne kikung'anya ebya buli ngeri: bwe kyajjula ne bakiwalulira ku ttale; ne batuula ne bakung'aanyiza ebirungi mu nkanga, ebibi ne babisuula. Bwe kityo bwe kiriba ku nkomerero y'ensi: bamalayika balijja, balyawulamu abantu ababi mu batuukirivu, balibasuula mu kikoomi eky'omuliro: mwe muliba okukaaba amaziga n'okulumwa obujiji.

"Ennyanja" wano kitegeeza 'Ensi', "Eby'ennyanja" boogera ku bakkiriza bonna, era abavubi abaasuula mu nnyanja ekiragala ne kikung'anya eby'ennyanja ebya buli ngeri, 'ye Katonda.' Olwo kitegeeza ki Katonda okusuula ekiragala mu nnyanja, bwe kyajjula ne bakiwalulira ku ttale, ne batuula ne bakung'aanyiza ebirungi mu nkanga ate ebibi ne babisuula? Kino kiriwo okukumanyisa nti ku nkomerero y'ensi, bamalayika bajja kujja bakung'aanye abatuukirivu babatwale mu ggulu ate ababi babasuule mu ggeyeena.

Leero, abantu bangi balowooza nti bateekwa buteesi okuyingira obwakabaka obw'omu ggulu bwe bakkiriza Yesu Kristo. Wabula, Yesu, akyogera bulungi nti, *"Ba malayika balibasuula mu kikoomi eky'omuliro: mwe muliba okukaaba amaziga n'okuluma obujiji"* (Matayo 13:50). "Abatuukirivu" wano boogera ku abo abayitibwa "abatuukirivu" nga bakkiririza mu Yesu Kristo mu mitima gyabwe era nga balaga okukkiriza kwabwe mu bikolwa byabwe. Obeera "mutuukirivu" si lwakuba omanyi ekigambo kya Katonda, wabula lwakuba ogondera amateeka Ge era n'okola ng'okwagala Kwe bwe kuli (Matayo 7:21).

Mu Baibuli, mulimu "ebirina okukolebwa," "N'ebitalina kukolebwanga," "eby'okukuumanga," "n'eby'okusuulanga eri." Abo bokka abatambulira mu kigambo kya Katonda be "batuukirivu" era beebagambibwa okuba n'okukkiriza okw'omwoyo okulamu. Waliwo abantu okutwaliza awamu abagambibwa okuba abatuukirivu" mu maaso g'abantu oba "abatuukirivu" mu maaso ga Katonda. N'olwekyo, olina okuba ng'osobola okulaba enjawulo wakati w'obutuukirivu oulabibwa abantu n'obwo obulabibwa Katonda, era ofuuke omuntu omutuukirivu mu maaso ga Katonda

Okugeza, omuntu eyeeyita omutuukirivu ate bw'abba, ani n'agamba nti ddala mutuukirivu? Abo abeeyita "abaana ba Katonda," kyokka n'ebasigala nga b'onoona era nga tebatambulira ku kigambo kya Katonda, tebasobola kuyitibwa "batuukirivu." Abantu ab'ekika kino be babi abali mu batuukirivu."

Buli Mubiri ogw'omu Ggulu n'Ekitiibwa kyagwo eky'Enjawulo

Bw'okkiriza Yesu Kristo era n'otambulira ku kigambo kya Katonda kyokka, ojja kuba ng'oyakayakana ng'enjuba mu ggulu. Omutume Paulo yawandiika ku byama by'eggulu mu bujjuvu mu 1 Bakkolinso 15:40-41.

> *Waliyo emibiri egy'omu ggulu n'emibiri egy'omu nsi: naye ekitiibwa eky'egy'omu ggulu kirala n'ekyegy'omu nsi kirala. Ekitiibwa ky'enjuba kirala n'ekitiibwa ky'omwezi kirala n'ekitiibwa ky'emmunyeenye kirala. Kubanga emmunyeenye teyenkana na ginaayo kitiibwa.*

Okuva lwe kiri nti omuntu afuna eggulu lwa kukkiriza kwokka, kiba kitegerekeka lwaki ebitiibwa bye ggulu bijja kuba byanjawulo okusinziira ku kigera okukkiriza ekya buli muntu. Yensonga lwaki ekitiibwa ky'enjuba kirala, n'eky'omwezi kirala n'eky'emmunyeenye, nga ne mmunyeenye tezenkanankana mu kutangalijja.

Katutunuulire ku kyama ekirala eky'eggulu okuyita mu lugero lw'akaweke ka kaladaali olusangibwa mu Matayo 13:31-32.

> *[Yesu] n'abaleetera olugero olulala, ng'agamba nti Obwakabaka obw'omu ggulu bufaanana n'akaweke ka kaladaali, omuntu ke yaddira, n'akasiga mu nnimiro ye nako nga ke kaatono okusinga ensigo zonna naye bwe kaakula, ne kaba kanene okusinga omuddo gwonna ne*

kaba omuti, n'ennyonyi ez'omu bbanga nga zijja, nga zibeera ku matabi gaagwo."

Akaweke ka kaladaali akamu k'enkana n'akatonyeze ak'eramba ku lupapula singa bailo ebeera erukuteko. N'akaweke kano wadde katono nnyo, kajja kukula kafuuke omuti omunene n'ebinyonyi bibeere nga bijja n'ebibeera mu matabi gaagwo. Olwo, Yesu yali ayagala kusomesa ki okuyita mu lugero luno olw'akaweke ka kaladaali? Eky'okuyiga ekiri mu lugero luno kwe kuba nti eggulu lifunibwa okuyita mu kukkiriza, nti era waliyo n'ebigera eby'enjawulo eby'okukkiriza. N'olwekyo ne bw'oba olina okukkiriza "kutono" kati, osobola okukulabirira n'ekufuuka okukkiriza "okw'amaanyi".

Wadde ng'Okukkiriza Kutono Ng'Akaweke ka Kaladaali

Yesu mu Matayo 17:20 agamba nti, *"Olw'okukkiriza kwammwe okuba okutono, kubanga ddala mbagamba nti Singa mulina okukkiriza okwenkana ng'akaweke ka kaladaali, bwe muligamba olusozi luno nti Vaawo wano genda wali, kale luligenda, so singa tewali kigambo kye mutayinza."* Bwe yali addamu abayigirizwa Be, "Otwongereko okukkiriza Mukama waffe!" Yesu y'abagamba nti, *"Singa mulina okukkiriza okutono ng'akaweke ka kaladaali, mwandigambye omusikamiini guno nti 'siguka osimbibwe mu nyanja', era gwandibawulidde"* (Lukka 17:5-6).

Olwo, amakulu g'omwoyo ag'enyiriri zino ge galiwa? Ennyiriri zino zitegeeza nti okukkiriza okutono ng'akaweke ka kaladaali bwe kukula ne kufuuka okukkiriza okw'aamyi, tewali kijja kuba nga tekisoboka. Omuntu bw'akkiriza Yesu Kristo, okukkiriza okutono ng'akaweke ka kaladaali ku muweebwa. Bw'asiga akasigo kano mu mutima gwe, kajja kumeruka. Bwe kunaakula n'ekufuuka okukkiriza okw'amaanyi okw'enkana n'omuti omunene ennyonyi mwe zisobola okuwummulira, omuntu oyo ajja kulaba eby'amagero eby'amaanyi ga Katonda nga ebya Yesu bye yakola ng'okuzibula omuzibe amaaso, bakiggala okuwulira, bakasiru okwogera, n'abafu okuzuukira.

Bw'oba olowooza nti olina okukkiriza, naye nga tosobola kukola by'amagero era ng'olina n'ebizibu mu maka go oba ku mulimu gwo, kibaawo lwakuba okukkiriza kwo okutono ng'akaweke ka kaladaali tekunnakula bulungi kufuuka ng'omuti omunene.

Engeri Okukkiriza Kw'Omowyo gye ku Kulamu

Mu 1 Yokaana 2:12-14, Omutume Yokaana yanyonyola mu bufunze okukula kw'okkiriza okw'Omwoyo.

> *"Mbawandiikidde mmwe, abaana abato, kubanga ebibi byammwe bibasonyiyiddwa olw'erinnya lye. Mbawandiikidde mmwe abakadde, kubanga mutegedde oyo eyabaawo okuva ku lubereberye. Mbawandiikiddea mmwe, abavubuka kubanga muwangudde omubi. Mbawandiikidde mmwe, abaana abato kubanga mutegedde Kitaffe. Mbawandiikidde mmwe abakadde, kubanga mutegedde oyo eyabaawo okuva olubereberye. Mbawandiikidde mmwe abavubuka kubanga mulina amaanyi, n'ekigambo kya Katonda kibeera mu mmwe*

era muwangudde omubi."

Olina okukitegeera nti waliwo emitendera mu kukula kw'okukkiriza. Olina okukuza okukkiriza kwo era obeera n'okukkiriza kw'abakadde okwo mw'osobolera okumanya Katonda oyo eyabaawo okuva olubereberye. Tolina kuba mumativu n'omutendera gw'okukkiriza okw'abaana abato abo abasonyiyiddwa ebibi olw'okuba bammanyi Yesu Kristo.

Era, nga Yesu bwagamba mu Matayo 13:33, *"Obwakabaka obw'omu ggulu bufaanana n'ekizimbulukusa, omukazi kye yaddira, n'akissa mu bubbo busatu obw'obutta, n'okuzimbulukuka ne buzimbulukuka bwonna."*

N'olwekyo, olina okutegeera okukuza okukkiriza okutono ng'akaweke ka kaladaali okutuuka ku kukkiriza okw'amaanyi kiyinza okutuukikako amangu ddala ng'ekizimbulukusa ekiri mu butta. Nga bwe wagamba mu 1 Bakkolinso 12:9, nti okukkiriza kirabo eky'omwoy ekikuweebwa Katonda

Eggulu lya Kugula ne Byonna Byolina

Weetaaga okufubira ddala okusobola okufuna eggulu kubanga eggulu osobola kulifuna na kukkiriza kwokka, kyokka nga waliwo emitendera mu kukula kw'okukkukiriza. Olaba mu nsi eno, olina okufuba ennyo okufuna obugagga n'erinnya si kwogera bwogezi ku kufuna sente ezimala osobole okugula gamba ng'ennyumba. Era ofuba nnyo nga bw'osobola okugula n'okubezaawo ebintu bino byonna, kyokka nga ku byonna ebyo tewali kyoyinza kuba n'akyo olubeerera. Olwo, weetaaga kufuba kyenkana ki okusobola okufuna okwakayakana n'ekifo eky'okubeeramu mu ggulu ebyo by'ojja okuba n'abyo olubeerera? Yesu agamba mu Matayo 13:44, *"Obwakabaka obw'omu ggulu bufaanana n'eky'obugagga ekyakisibwa mu lusuku, omuntu n'akiraba, n'akikweka, n'olw'essanyu lye n'agenda n'atunda byali nabyo byonna n'agula olusuku."* Era ayongerako mu Matayo 13:45-46, *"Nate, obwakabaka obw'omu ggulu bufaanana omuntu omutunzi anoonya eruulu ennungi: bwe yalaba eruulu emu ey'omuwendo omungi, n'agenda n'atunda by'ali nabyo byonna n'agigula."*

N'olwekyo, byama ki eby'eggulu ebibikkuddwa okuyita mu ngero z'eky'obugagga ekyakwekebwa mu lusuku n'eruulu ennungi? Yesu bulijjo yageranga engero ng'akozesa ebintu ebisobola okusangibwa mu bulamu obwa bulijjo. Kati katutunuulire olugero "lw'eky'onugagga ekyakwekebwa mu lusuku."

Waaliwo omusajja omunaku nga mulimi eyapakasanga okufuna ensimbi ezimubeezaawo buli lunaku. Lumu, mulirwana we n'amupatana okumulimirako mu nnimiro ye. omusajja ono baamugamba nti waali si wagimu bulungi era waali wamaze ebbanga nga tewakozesebwa, naye mulirwana we yali ayagala okusimbawo emiti gy'ebibala waleme okubeererawo. Omupakasi ono n'akkiriza okukola. Lumu aba akyasambula ensiko, weyatema enkumbi n'awulirawo ekikaluba. Bwe yeeyongera okulima yasanga eky'obugagga mu ttaka. Omupakasi ono eyali alima eyazuula eky'obugagga yatandika okulowooza ku ngeri gyayinza okufunamu eky'obugagga kino. Yasalawo okugula ettaka lino eky'obugagga mwe kyali kikwekeddwa. Olw'okuba ettaka lino teryali ggimu era nga lyali awo nga ligenderawo bwerere, bwatyo yalowooza nti nnyini ttaka yandiba ng'ayagala okulitunda nga tawalaazizza nnyo mpaka. Bwatyo omulimi n'adda ewuwe, n'akung'aanya byonna bye yalina mu nnyumba ye, era bwatyo n'atandika okubitunda. Kyokka, teyejjusa n'ako okutundu ebintu byonna bye yalina, kubanga yali azudde eky'obugagga, nga kyali kisingira wala byonna bye yali alina.

Olugero lw'eky'Obugagga Ekyakwekebwa mu Lusuku

Kiki ky'olina okutegeera mu lugero olw'eky'obugagga eky'akwekebwa mu lusuku? Nsuubira nti ojja kutegeera ekyama ky'eggulu ng'otunuulira amakulu ag'omwoyo ag'olugero lw'ekyobugagga ekya kwekebwa mu lusuku mu ngeri nnya.

Esooka, olusuku luyimirirawo okutegeeza omutima gwo era eky'obugagga kitegeeza eggulu. Kitegeeza nti eggulu, ng'ekyobugagga, likwekeddwa mu mutima gwo.

Katonda yatonda abantu n'omwoyo, emmeeme, n'omubiri. Omwoyo gukolebwa mu ngeri nti mukama w'omuntu okusobola okuwuliziganya ne Katonda. Emmeeme yakolebwa okugondera ebiragiro by'omwoyo, era omubiri gwakolebwa okuba ekifo omubeera mwoyo wamu ne mmeeme. N'olwekyo, Omuntu yali nga omwoyo omulamu nga bwe kyogerwa mu lubereberye 2:7.

Okuva ekiseera omuntu eyasooka Adamu bwe yakola ekibi ky'obujeemu, omwoyo, ng'ono ye yali afuga omuntu gw'afa, era emmeeme n'etandika okuba nga ye mukama w'omuntu era nga yemufuga. Abantu beeyongera okukola ebibi bwe batyo nga balina okugenda eri ekkubo ly'okufa kubanga baali tebakyasobola kuwuliziganya na Katonda. Bwe batyo kati baali bafuuse abantu b'emmeeme, era ng'eno eri wansi w'obufuzi bw'omulabe Setaani.

N'olwensonga eno, Katonda kwagala n'asindika Omwana We omu yekka Yesu eri ensi eno era n'amuganya okukomererwa n'ayiwa omusaayi Gwe ng'ekiweebwayo okununula omuntu mu bibi bye. Olwa kino, ekkubo ery'obulokozi lya kuggulibwawo gwe okufuuka omwana wa Katonda omutuukirivu era oddemu okuwuliziganya Naye.

N'olwekyo, buli oyo akkiriza Yesu Kristo ng'omulokozi we ajja kufuna Omwoyo Omutukuvu, era n'omwoyo gwe gujja kudda engulu. Era, ajja kufuna obuyinza okufuuka omwana wa Katonda ne ssanyu lijja kujjula omutima gwe.

Kitegeeza nti omwoyo gw'adda okusobola okuwuliziganya ne Katonda n'okufuga emmeeme wamu n'omubiri nate nga mukama w'omuntu. Kino era kitegeeza nti yatandika okutya Katonda n'okugondera ekigambo Kye, okutuukiriza obuvunaanyizibwa bwe obw'aweebwa omuntu.

N'olwekyo, omwoyo okudda engulu kye kimu n'okuzuula eky'obugagga eky'akwekebwa mu lusuku. Eggulu liringa eky'obugagga ekya kwekebwa mu lusuku kubanga eggulu kati liri mu mutima gwo.

Ey'okubiri, omusajja okusanga eky'obugagga nga kikwekeddwa mu lusuku era n'aba musanyufu kitegeeza nti omuntu bw'akkiriza Yesu Kristo era n'afuna Omwoyo Omutukuvu, omwoyo omufu gudda engulu, era ajja kukizuula nti waliwo eggulu mu mutima gwe bwatyo n'asanyuka.

Yesu agamba mu Matayo 11:12, *"Okuva ku biro bya*

Yokaana Omubatiza okutuusa leero obwakabaka obw'omu ggulu buwaguzibwa, n'abawaguza babunyaga lwa maanyi." Yokaana omutume naye awandiika mu kubikkulirwa 22:14 nti, "*Baweereddwa omukisa abayoza ebyambalo byabwe, balyoke babeere n'obuyinza ku muti ogw'obulamu, era balyoke bayingire mu kibuga nga bayita mu miryango.*"

Ky'oyinza okuyiga mu kino kye kino nti, si buli muntu akkirizza Yesu Kristo ajja kugenda mu kifo kye kimu eky'okubeeramu mu bwakabaka obw'omu ggulu. Gy'okoma okufaanana Mukama era n'ofuuka omuntu ow'amazima, ojja kusikira ekifo ekisingako obulungi eky'okubeeramu mu ggulu.

N'olwekyo, abo abaagala Katonda era nga basuubira eggulu bajja kutambulira mu kigambo kya Katonda mu buli kimu era bafaanane Mukama nga begyako obubi bwabwe bwonna.

Ojja kufuna obwakabaka obw'omu ggulu, kasita on'ojjuza omutima gwo eggulu, nga mulimu bulungi bwokka n'amazima. Ne ku nsi kuno, bw'okizuula nti mu mutima gwo mulimu eggulu, ojja kuba musanyufu.

Ekika kye ssanyu lino ly'ofuna nga wakasisinkana Yesu Kristo. Bw'aba ng'omuntu eyalina okugenda mu kufa naye n'afuna obulamu obutuufu n'eggulu eritaggwayo okuyita mu Yesu Kristo, Nga banange ayinza okuba omusanyufu! Era ajja kuba musanyufu nnyo kubanga asobola okukkiririza mu bwakabaka obw'omu ggulu mu mutima gwe. Mu ngeri eno, essanyu ly'omuntu oyo asanyuka olw'okuba yazuula eky'obugagga ekyakwekebwa mu lusuku kiyimirirawo olw'essanyu ery'okukkiriza Yesu Kristo n'okuba n'obwakabaka obw'omu ggulu mu mutima gwe.

Ey'okusatu, okuddamu n'akweka eky'obugagga ng'ate

amaze okukizuula kitegeeza omwoyo gw'omuntu guzze engulu era ayagala atambulire mu kwagala kwa Katonda, naye tannateeka kumalirira kwe mu bikolwa olw'okuba tannafuna maanyi kutambulira mu Kigambo kya Katonda.

Omulimi ono yali tayinza kulimayo mangu ago kya bugagga nga yakakiraba. Yalina okusooka okutunda ebibye byonna alyoke agule ettaka eryo olusuku kwe luli. Mu ngeri y'emu, okimanyi nti waliyo eggulu ne ggeyeena era n'engeri gy'oyinza okuyingira eggulu bw'okkiriza Yesu Kristo, naye tosobola kulaga bikolwa byo nga wakatandika okuwulira ekigambo kya Katonda.

Olw'okuba wali otambulira mu bulamu obutali butuukirivu obwali bunyooma ekigambo kya Katonda nga tonnakiriza Yesu Kristo, mu mutima gwo musigalamu obutali butuukirivu bungi. kyokka, bw'otegyako ago gonna agatali mazima mu mutima gwo nga bwoyatula n'okukkiriza kwo mu Katonda, Setaani ajja kugenda mu maaso n'okukutwala eri ekizikiza olemererwe okutambulira mu kigambo kya Katonda. Ng'omulimi bwe yagula olusuku oluvanyuma lw'okutunda ebibye byonna, osobola okufuna eky'obugagga mu mutima gwo ng'omaze kugezaako okwegyako ebirowoozo ebitaliimu mazima era n'ofuna omutima ogw'amazima ogwo Katonda gw'ayagala.

N'olwekyo, olina okugoberera amazima, nga gano kye kigambo kya Katonda, nga weesigama ku Katonda mu byonna, n'okusaba n'amaanyi go gonna. Olwo lwokka agatali mazima lwe gajja okusuulibwa eri era ofune amaanyi okutambulira mu kigambo kya Katonda. Olina okukimanya nti eggulu ly'abantu ab'ekika ekyo bokka.

Ey'okuna, okutunda ebibye byonna kitegeeza nti omwoyo ogw'afa okusobola okudda engulu ne gufuuka mukama w'omuntu, olina okugyawo agatali mazima gonna ag'emmeeme.

Omwoyo ogwali gufudde bwe gudda engulu, ojja kuzuula nti waliyo eggulu. Olina okufuna eggulu nga wegyako ebirowoozo byonna ebitaliimu mazima, nga bino bya mmeeme era nga bifugibwa sitaani, era n'okuba n'okukkiriza okuwerekeddwako ebikolwa. Eno y'engeri y'emu n'akakoko akanaava mu ggi kaalulwe okujja mu nsi eno gye kayitamu.

N'olwekyo, olina okusuula eri ebikolwa byonna eby'okuyaayaana kw'omubiri okusobola okufuna eggulu mu bujjuvu. Ate era, olina okufuuka omuntu ow'omwoyo omulamba oyo afaanana embala y'obwa Katonda mu bujjuvu (1 Bassselonika 5:23).

Ebikolwa by'omubiri kye kikula ky'obubi mu mutima, ekyo ekivaamu ebikolwa. Okuyaayaana kw'omubiri kitegeeza ebika by'ebibi byonna mu mutima ebisobola okuvaamu ebikolwa essaawa yonna, wadde nga tebinafuuka bikolwa essaawa eyo. Eky'okulabirako, bw'oba olina obukyayi mu mutima gwo, kuba kuyaayaana kwa mubiri, era obukyayi buno bwe buvaamu ebikolwa by'okukuba omuntu omulala, ng'ekyo kye kikolwa eky'omubiri.

Bagalatiya 5:19-21 wagamba nti, *"Naye ebikolwa by'omubiri bya lwatu, bye bino, obwenzi, empitambi, obukaba, okusinza ebifaananyi, okuloga, obulabe okuyomba, obuggya, obusungu, empaka, okweyawula, okwesalalamu, ettima, obutamiivu, ebinyumu, n'ebiri ng'ebyo: nsooka okubabuulira ku ebyo, nti bali abakola ebiri ng'ebyo tebalisikira bwakabaka bwa Katonda."*

Era, mu Baruumi 13:13-14 wagamba, *"Tutambulenga nga tuwoomye nga mu musana, si mu binyumu ne mu mbaga ez'okutamiiranga, si mu bwenzi n'obukaba, si mukuyomba n'obuggya. Naye mwambale Mukama waffe Yesu Kristo, so temutegekera mubiri, olw'okwegomba.,"* era mu Baruumi 8:5 wagamba, *"Kubanga abagoberera omubiri, balowooza bya mubiri, naye abagoberera omwoyo bya mwoyo."*

N'olwekyo, okutunda byonna by'olina kitegeeza okusaanyaawo agatali mazima gonna agakontana n'okwagala kwa Katonda mu mmeeme yo n'okusuula eri ebikolwa byo n'okwegomba kw'omubiri, nga bino si bituufu okusinziira ku kigambo kya Katonda, n'ebyo byonna by'obadde oyagala okusinga Katonda.

Bw'ogenda mu maaso n'okwegyako ebibi byo n'obubi bwonna mu ngeri eno, omwoyo gwo gye gukoma okudda engulu era oba osobola okutambulira mu kigambo kya Katonda ng'ogoberera okwegomba kw'Omwoyo Omutukuvu. Era emaliriza ng'ofuuse omuntu oww'omwoyo era n'osobola okufuna embala y'obwakatonda eya Mukama (Bafiripo 2:5-8).

Eggulu lifunibwa Okusinziira ku Ngeri gye Likomye Okutuukirizibwa mu Mutima

Oyo afuna eggulu olw'okukkiriza y'oyo atunda byonna by'alina ng'asuula eri buli kibi kyonna era n'atuukiriza eggulu mu mutima gwe. Era oluvaamu, Mukama bw'adda, eggulu eribadde ng'ekisikirize lifuuka ekya ddala era ajja kufuna eggulu eritaggwaawo. Oyo afuna eggulu y'aba omugagga asinga wadde nga buli kimu mu nsi muno akisudde eri. Wabula, oyo atalina ggulu mu ye yasingayo obwavu atalina kintu kya ddala, wadde ng'alina buli kimu mu nsi eno. Kino kiri bwe kityo lwakuba buli kyeweetaaga kiri mu Yesu Kristo era ekintu kyonna ekiri ebweru wa Yesu Kristo tekiriimu kubanga ng'omaze okufa, omusango gwokka gwe guba gukulindiridde.

Eyo yensonga lwaki Matayo yagoberera Yesu n'aleka omulimu gwe. Yensonga lwaki Petero yagoberera Yesu n'aleka eryato lye n'obutimba. N'omutume Paulo yalaba nga byonna bisasiro bwe yamala okukkiriza Yesu Kristo. Ensonga lwaki abatume bano bonna baali basobola okukola kino lwakuba baali baagala okuzuula eky'obugagga, ekyo ekisingira ddala ebintu byonna eby'ensi eno, bakirimeyo.

Mu ngeri y'emu, olina okulaga okukkiriza kwo n'ebikolwa ng'ogondera ekigambo ekituufu era ng'osuula eri agatali mazima gonna ebyo ebikontana ne Katonda. Olina okutuukiriza obwakabaka bw'eggulu mu mutima gwo ng'otunda agatali mazima gonna ng'okuwakana, okwemanya n'okwerowooza ng'owawaggulu nga byobadde olaba ng'ekyobugagga mu mutima gwo.

N'olwekyo, tolina kunoonya bintu bya nsi eno, naye otunde byonna by'olina okusobola okutuukiriza eggulu mu mutima gwo era osikire obwakabaka bw'eggulu obutaggwaawo.

3. Mu Nnyumba ya Kitange Mulimu Ebifo Bingi

Okuva mu Yokaana 14:1-3, osobola okulaba nti waliyo ebifo bingi eby'okubeeramu mu ggulu, era Yesu Kristo yagenda okukutegekera ekifo mu ggulu.

Omutima gwammwe tegweraliikiriranga, mukkirize Katonda, era nange munzikirize. Mu nnyumba ya Kitange mulimu ebifo bingi eby'okubeeramu. Singa tekiri bwe kityo nandibagambye kubanga ng'enda okubateekerateekera ekifo. Era oba nga ng'enda okubateekerateekera ekifo, ndikomawo nate ne mbatwala gye ndi, nze gyendi, nammwe mubeere eyo.

Mukama Yagenda okukuteekerateekera ekifo ky'okubeeramu mu Ggulu

Yesu yagamba abayigirizwa Be ebintu ebijja okubaawo nga tannaba kukwatibwa alyoke akomererwe. Ng'atunuulira Abayigirizwa Be, abaali beeraliikiridde nga bamaze okuwulira Yuda Eskarioti bwe yali agenda okumulyaamu olukwe, ne Peetero okumwegaana, n'okufa kwa Yesu, yabazzaamu amaanyi ng'abagamba ku bifo eby'okubeeramu mu ggulu.

Yensonga lwaki yabagamba, *"Mu nnyumba ya Kitange mulimu ebifo bingi; singa tekiri bwe kityo nandibagambye, kubanga ng'enda okubateekerateekera ekifo."* Yesu yakomererwa era n'azuukira oluvanyuma lw'ennaku ssatu, bwatyo n'amenya amaanyi g'okufa. olwo, oluvanyuma lw'ennaku amakumi ana, N'agenda mu ggulu ng'abantu bangi bamulaba, okukutegekera ekifo eky'okubeeramu mu ggulu.

Olwo, kitegeeza ki bwagamba nti "ng'enda okubateekerateekera ekifo" Nga bwe kyawandiikibwa mu 1 Yokaana 2:2, *"[Yesu] Yennyini gwe mutango olw'ebibi byaffe so si lwa bibi byaffe fekka, era naye n'olwensi zonna,"* kitegeeza nti Yesu yamenya ekisenge ky'ebibi wakati w'omuntu ne Katonda, era omuntu yenna asobola okufuna eggulu olw'okukkiriza.

Awatali Yesu Kristo, ekisenge ky'ebibi ekyali wakati wa Katonda naawe tekyandimenyese. Mu Ndagaano Enkadde, omuntu bwe yakolanga ebibi, yawangayo ensolo okussadaakibwa okutangayo ebibi bye. Wabula, Yesu, yakusobozesa gwe okusonyiyibwa n'ofuuka omutukuvu nga yewaayo Yennyini ng'ekiweebwayo-eky'omulundi ogumu (Abaebbulaniya 10:12-14).

Okuyita mu Yesu Kristo Yekka, ekisenge ky'ebibi wakati wa Katonda God naawe lwe kiyinza okumenyeka, era lw'oyinza okufuna omukisa ogw'okuyingira obwakabaka obw'omu ggulu era ne weeyagalira mu bulamu obulungi era obutaggwaawo.

"Mu Nnyumba Ya Kitange mulimu Ebifo Bingi Eby'okubeeramu"

Yesu mu Yokaana 14:2 agamba, *"Mu nnyumba ya kitange mulimu ebifo by'okubeeramu bingi."* Omutima gwa Mukama oyo ayagala buli muntu okulokolebwa gusaanusiddwa mu lunyiriri luno. Ye banange, Nsonga ki, lwaki Yesu yayogera nti "Mu nnyumba ya Katange," mu kifo ky'okugamba nti "Mu bwakabakaba obw'omu ggulu"? Kiri bwe kityo lwakuba Katonda tayagala "batuuze" wabula "abaana" abo basobola okugabana n'abo okwagala Kwe olubeerera nga ye Kitaabwe.

Eggulu lifugibwa Katonda era nga ddene bulungi okubeeramu abo bonna abalokoleddwa olw'okukkiriza. Era, kifo kirungi nnyo era kyanjawulo nnyo nti terisobola kugerageranyizibwa na nsi eno. Mu bwakabaka obw'omu ggulu, obunene bwabwo obutasobola kugerageranyizibwa na kintu kyonna, ekifo ekisinga obulungi era eky'ekitiibwa ye Yerusaalemi Empya eyo awali Namulondo ya Katonda. Nga bwe waliyo ekifo ekiyitibwa Blue House ekisangibwa mu kibuga Seoul, ekibuga kya Korea ekikulu, ne White House nga eno esangibwa mu kibuga Washington, D.C., ekibuga kya Amerika ekikulu, eby'a bakulembeze b'eggwanga okubeeramu, Ne mu Yerusaalemi Empya we wabeera Namulondo ya Katonda.

Olwo, Yerusaalemi Empya esangibwa wa? Eri wakati w'ennyini aw'eggulu, era nga kye kifo abantu abalina okukkiriza, abo abasanyusizza Katonda, gye bajja okubeera olubeerera. Okwawukanako kw'ekyo, ekifo ekisingirayo ddala okwesuula mu ggulu lwe lusuku lwa Katonda. Ng'omunyazi omu eyali ku ludda olumu olwa Yesu, oyo eyakkiriza Yesu Kristo era n'alokoka, abo abakkiriza Yesu Kristo ne batabaako kye bakolera bwakabaka bwa Katonda be bajja okubeera eyo.

Eggulu Ligabibwa Okusinziira ku Kigera Okukkiriza

Lwaki Katonda yategeka ebifo bingi eby'okubeeramu mu ggulu eby'abaana Be? Katonda mutuukirivu era akuganya gwe okukungula bye wasiga (Abagalatiya 6:7), era n'agabira buli muntu empeera okusinziira kw'ekyo kyakoze (Matayo 16:27; Okubikkulirwa 2:23). Yensonga lwaki Yategeka ebifo eby'okubeeramu okusinziira ku kigero ky'okukkiriza kwabwe.

Abaruumi 12:3 w'ogera nti, "*Kubanga njogera, olw'ekisa kye nnaweebwa, eri buli muntu ali mu mmwe, alemenga okwerowooza okusinga bwe kimugwanidde okulowooza nga Katonda bwe yagabira buli muntu ekigera.*"

N'olwekyo, olina okukitgeera nti ekifo eky'okubeeramu

n'ekitiibwa ekya buli muntu mu ggulu kijja kuba kyawukana okusinziira ku kigera ky'okukkiriza.

Okusinziira ku kyenkana ki ky'ofaanana omutima gwa Katonda, ekifo kyo eky'okubeeramu mu ggulu kija kuba kisalibwawo. Ekifo eky'okubeeramu mu ggulu mu ggulu eritaggwaawo kijja kusalibwawo okusinziira ku kyenkana ki ky'otuukirizaamu eggulu mu mutima gwo ng'omuntu ow'omwoyo.

Okugeza, Katugambe nti omwana n'omuntu omukulu balina kye bawakanira mu mpaka z'ebyemizannyo oba nga bali mu mboozi. Ensi y'abaana ne y'abo abakuze byanjawulo nnyo N'olwekyo abaana bajja kwesanga nga bibatamye eby'okubeera n'abantu abakulu. Olw'okuba engeri abaana gye balowoozaamu si ye y'abakulu, olulimi lwe bakozesa, n'ebikolwa byanjawulo nnyo kubya bakulu. Kyandinyumye nnyo abaana bwe bazannya ne baana banaabwe, abavubuka n'abavubuka, n'abakulu ne bazannya n'abakulu.

Kino kye kimu ne mu by'omwoyo. Olw'okuba buli mwoyo gwa buli muntu ssekinnomu gwa njawulo, Katonda kwagala era omutuukirivu agabanyiza ebifo by'okubeeramu mu ggulu okusinziira ku kigera ky'okukkiriza kwabwe n'olwekyo abaana bajja kubeera mu ssanyu eyo.

Mukama Ajja Oluvanyuma lw'Okutegeka Ebifo eby'okubeeramu Mu Ggulu

Mu Yokaana 14:3, Mukama Yasuubiza nti yali wakudda akutwale eri obwakabaka obw'omu ggulu bw'anaamala

107

okutegeka ebifo eby'okubeeramu mu ggulu.

Katugambe nti waliyo omusajja eyali yafuna ku kisa kya Katonda era n'aba n'empeera nnyingi mu ggulu kubanga yali mwesigwa. Naye bwaddayo mu mbeera z'ensi, agwa okuva mu bulokozi era n'amaliriza ng'agenda mu ggeyeena. Era empeera ze ze yali afunye mu ggulu zijja kuba tezikyalina mugaso. Wadde tegenze mu ggeyeena, empeera ze era ziyinza okufuuka ebitaliimu.

Olumu bwanyiiza Katonda ng'amuweebuula wadde yaliko omwesigwa, oba bwaddayo ku mutendera ogwa wansi oba n'asigala ku mutendera gwe gumu mu bulamu bwe obw'ekikristaayo wadde ng'alina kugenda bugenzi mu maaso, empeera ze zijja kuvaawo.

Kyokka, Mukama ajja kujjukira buli kimu kyokoleredde era n'ogerezaako obwakabaka bwa Katonda ng'oli mwesigwa. Era, bw'otukuza omutima gwo ng'ogukomola mu Mwoyo Omutukuku, ojja kuba ne Mukama bw'anadda era ojja kuweebwa omukisa okubeera mu kifo ekimasamasa ng'enjuba mu ggulu. Olw'okuba Mukama ayagala abaana ba Katonda okuba nga batuukiridde, yagamba, *"oba nga ng'enda okubateekerateekera ekifo, ndikomawo nate ne mbatwala gye ndi; nze gye ndi nammwe mubeere eyo."* Yesu ayagala gwe okwetukuza nga ne Mukama bwali omutukuvu, nga wenywereza ddala ku kigambo ky'esuubi.

Yesu bwe yatuukiriza okwagala kwa Katonda mu bujjuvu era n'amuddiza ekitiibwa eky'amaanyi, Katonda yaddiza Yesu ekitiibwa era n'amuwa erinnya eppya: "Kabaka wa ba kabaka, Mukama wa bakama." Mu ngeri y'emu, gy'okoma okuddiza Katonda ekitiibwa mu nsi muno, Katonda naye ajja kukutwala mu kitiibwa. Gy'okoma okufaanana Katonda era n'oba ng'oyagalibwa Katonda, gy'ojja okukoma okubeera okumpi ne Namulondo ya Katonda mu ggulu.

Ebifo eby'okubeeramu mu ggulu birindirira bakama baabyo, nga be baana ba Katonda, ng'abagole abakazi abategekeddwa okusisinkana abaami baabwe. Yensonga lwaki omutume Yokaana awandiika mu Kubikkulirwa 21:2, *"Ne ndaba ekibuga ekitukuvu, yerusaalemi ekiggya, nga kikka okuva mu ggulu ewa Katonda, nga kitegekeddwa ng'omugole ayonjereddwa."*

N'emirimu egikolebwa ku mugole asinga bulungi mu nsi muno tegisobola kugeregeranyizibwa ku bulungi n'essanyu ebibeera mu bifo eby'okubeeramu mu ggulu. Ennyumba ez'omu ggulu zirina buli kimu era nga buli kimu basoma busomi endowooza z'amukama waabwe era n'ebakola ekyo ekisingirayo ddala okumusanyusa basobole okubeera mu ssanyu erikyasingirayo ddala olubeerera.

Engero 17:3 w'ogera, *"Entamu erongoosa eba ya ffeeza, n'ekikoomi kya zaabu, naye Mukama ye akema emitima."* N'olwekyo, Nsaba mu linnya lya Mukama Yesu Kristo otegeera nti Katonda atereeza abantu okusobola okubafuula abaana Be abatuufu, era wetukuze ng'osuubira Yerusaalemi Empya, n'okuwaguza ng'odda eri eggulu erisingayo ng'obeera mwesigwa mu byonna mu nnyumba ya Katonda.

Essuula 5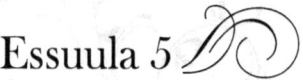

Tunaabeera Tutya mu Ggulu?

1. Obulamu bw'omu Ggulu Okwataliza Awamu
2. Ennyambala mu Ggulu
3. Emmere mu Ggulu
4. Eby'entambula mu Ggulu
5. Eby'okusanyusa mu Ggulu
6. Okusinza, Okusoma, ne Neeyisa mu Ggulu

*Era waliwo emibiri egy'omu
ggulu n'emibiri egy'omu nsi:
naye ekitiibwa eky'egy'omu ggulu kirala.
N'eky'egy'omu nsi kirala.*
**Ekitiibwa ky'enjuba kirala,
n'ekitiibwa ky'omwezi kirala,
n'ekitiibwa ky'emmunyeenye kirala;
kubanga emmunyeenye teyenkana
na ginnaayo kitiibwa**
- 1 Bakkolinso 15:40-41 -

Essanyu mu ggulu toyinza na kuligerageranya n'ekintu ekisingayo okunyuma wano ku nsi. Wadde weyagalira nnyo mu bantu bo nga muli nga ku mabbali g'ennyanja ng'amaaso mugoolekeza ennyanja, essanyu ery'ekika kino ly'akaseera buseera ate si lya ddala. Mu kasonda akamu mu mutima gwo, m'uba mu kyaliimu okwerariikirira okw'ebintu by'ogenda okusisinkana ng'ozeeyo mu bulamu bwo obwa bulijjo. Ate bw'oding'ana obulamu obw'ekika kino omwezi mulamba oba ebiri, oba omwaka, ojja kumala bikutame era otandika okunoonya ekintu ekipya.

Wabula, bwo obulamu mu ggulu, eyo buli kimu gye kibeerera ekirungi ng'ejinja eritangalijja, n'alyo ly'ennyini ssanyu lyereere kubanga buli kimu kipya, kyewunyisa, kya ssanyu, era essanyu teriggwaawo lye yongera bweyongezi. Osobola okuba n'obulamu obulungi ennyo ne Katonda Kitaffe wamu ne Mukama, oba oyinza n'okweyagalira mu bintu by'osinga okunyumirwa, emizannyo gy'osinga okunyumirwa n'ebirala byonna ebisanyusa nga bwoyagala. Katulabe abaana ba Katonda banabeera batya bwe tunaagenda mu ggulu.

1. Obulamu bw'omu Ggulu Okwataliza Awamu

Omubiri gwo gwe tulaba, bwe gunaakyuka ne gufuuka omubiri ogw'omwoyo, ogwo ogulimu omwoyo, emmeeme, n'omubiri mu ggulu, ojja kuba osobola okutegeera Mukyala wo, omwami wo, abaana bo, ne bazadde bo ku nsi kuno. Ojja kuba osobola n'okutegeera ebisibo byo eby'oku nsi. Era ojja kujjukira n'ebyo bye weerabira ku nsi. Ojja kuba mugezi nnyo kubanga ojja kuba osobola okwawula n'okutegeera okwagala kwa Katonda.

Abamu bayinza okuba nga beebuuza, 'Oba bibi byange byonna binaayanikibwa mu Ggulu?' Kino si bwe kijja okuba. Bw'oba weenenya dda, Katonda tajja kujjukira bibi byo nga bw'olaba ebuvanjuba bwe bwesudde ku bwagwanjuba (Zabuli 103:12), wabula ajja kujjukira ebyo ebikolwa ebirungi byokka kubanga ebibi byo bijja kuba byasonyiyibwa dda ekiseera w'onoobeerera mu ggulu.

Olwo, onookyuka atya, era obeerewo otya?

Omubiri Ogw'omu Ggulu

Abantu n'ebisoro ab'oku nsi kuno buli kimu kirina enkula ey'enjawulo nga buli ekintu ekirina obulamu kisobola okwawulwa ku kirala nti oba eno njovu, eno mpologoma, ono kamunye nti oba ono muntu.

Nga bwe waliwo omubiri ogulina enkula yaagwo, mu nsi eno ey'emitendera esatu, ne mu ggulu, mu nsi ey'emitendera ena waliyo omuli gwayo ogutasangibwa walala wonna. Era nga guno guyitibwa omubiri ogw'omu ggulu. Mu ggulu buli omu ajja kumanya munne mu ngeri eno. Olwo omubiri ogw'omu ggulu gunabeera gulabika gutya?

Mukama bw'anadda mu bbanga, buli omu ku mmwe ajja kukyuka adde mu mubiri oguzuukidde nga guno gwe mubiri ogw'omwoyo. Omubiri guno oguzuukidde gujja kukyuka gudde mu mubiri ogw'eggulu, nga guno gusangibwa mu ddaala erya waggulu, oluvanyuma lw'olunaku olw'omusango. Okusinziira ku mpeera ya buli muntu, ekitangaala ky'ekitiibwa ekiva ku mubiri guno ogw'omu ggulu kijja kuba kya njawulo. Omubiri ogw'omu ggulu gulina amagumba n'ennyama ng'omubiri gwa Yesu bwe yali azuukide (Yokaana 20:27), naye nga guba mubiri mupya ogwo ogulina omwoyo, emmeeme, n'omubiri ogutavunda. Omubiri gwaffe oguvunda gufuuka ne gudda mu mubiri omupya ogutavunda olw'ekigambo n'amaanyi ga Katonda.

Omubiri ogw'omu ggulu ogulimu amagumba n'omubiri eby'olubeerera ebitavunda gujja kuba gumasamasa kubanga guziddwa buggya ate nga muyonjo. Wadde omuntu abadde talina mukono oba kugulu oba nga mulema, omubiri ogw'omu ggulu gujja kuba nga gutuukiridde

Omubiri ogw'omu ggulu guba gutegerekeka bulungi so si ng'ekisikirize, wabula gulina enkula yaagwo evaayo obulungi, era nga tegufugibwa budde wadde ebbanga. Yensonga lwaki Yesu bwe yalabikira abayigirizwa Be ng'amaze okuzuukira, yali asobola okuyita mu bisenge awatali kimukomako kyonna (Yokaana 20:26).

Omubiri ku nsi kuno gujja kuba n'enkanyanya era gugongobale nga gukaddiye, naye omubiri gw'omu ggulu gujja kuba guddiziddwa bugya ng'omubiri ogutavunda nga n'olwekyo bulijjo gujja kuba muvubuka era nga gutangalijja ng'enjuba.

Omwaka ogw'Asatu mw'Esatu

Abantu abangi beewunya oba omubiri gw'omugulu guba munene ng'ogw'abantu abakulu oba mutono ng'ogw'abaana abato. Mu ggulu, buli muntu, oba yafa muto oba mukulu ajja kuba n'emyaka egy'ekivubuka asatu mw'esatu olubeerera, emyaka gya Yesu kwe yakomererwa ku nsi kuno.

Lwaki Katonda akuleka n'oba n'emyaka asatu mw'esatu

olubeerera mu ggulu? Ng'omusana bwe gwaka ennyo mu ttuntu, emyaka asatu mw'esatu omuntu mw'abeerera n'amaanyi saako okulabika obulungi n'okubaako byafunye ebiwera. Abo abatannaweza asatu mw'esatu baba bakyalimu obuto ng'ate tebannayita mu bintu biwera, ate abo abassusse ana, amaanyi gaabwe g'aba gagenze gakeewa. Kyokka nga ku myaka gy'asatu mw'esatu, abantu baba bakulu era ng'abalungi mu mbeera zonna. Era abasinga ku bbo bafumbirwa, ne bazaala n'abaana n'okubakuza nga baba balinako kye bategeera, ku mutima gwa Katonda oyo ateekateeka abantu ku nsi kuno.

Mu ngeri eno, Katonda akukyusa okudda mu mubiri ogw'omu ggulu osobole okubeera ow'emyaka asatu mw'esatu, emyaka gy'abantu egisinga obulungi, olubeerera mu gguluen.

Teba bya Luganda

Bw'oba obeera mu ggulu olubeerera n'ekikula kyo kye walimu ku nsi, nga biba birabika bulala! Katugambe nti omuntu y'afiira ku myaka ana n'agenda mu ggulu. Mutabani we n'agenda mu ggulu ku myaka ataano, ate muzukulu we n'afiira ku myaka kyenda, naye n'agenda mu ggulu. Bwe beesisinkana bonna mu ggulu, omuzukulu yajja okuba nga yasinga obukulu, kyokka nga jajja ate yasinga obuto.

N'olweko, mu ggulu eyo Katonda gyafugira n'obutuukirivu Bwe saako okwagala, buli muntu ajja kuba n'emyaka asatu-mw'esatu, era ng'oluganda olw'aliwo ku nsi terukyakola.

Tewali ajja kuba ng'ayita mulala nti 'taata', 'maama', 'Mutabani', or 'muwala' mu ggulu wadde ng'omu yali maama w'omulala, ku nsi. Kiri bwe kityo lwakuba buli muntu aba mwannyina oba muganda w'omulala ng'abaana ba Katonda. Olw'okuba bakimanyi nti baali ba maama oba abaana ku nsi kuno era nga baali beeyagala nnyo, basobola okwogera okweyagala.

Watya, nga maama yagenda mu bwakabaka obw'okubiri obw'omu ggulu ate omwana we n'agenda mu Yerusaalemu Empya? Ku nsi kuno, ddala omwana yalina okuweereza nnyina. Wabula mu ggulu, maama yalina okukutamya ku mutwe mu maaso ga mutabani we kubanga yasinga okufaanana Katonda, era ekitangaala ekiva mu mubiri gwa mutabani we kijja kuba kisingira wala ekya nnyina.

N'olwekyo, temuyiting'ana manya oba ebitiibwa bye mukozesa ku nsi kuno, wabula Katonda Kitaffe awa buli muntu erinnya eppya era erisaanidde eryo eririna amakulu ag'omwoyo. Ne ku nsi kuno, Katonda yakyusa erinya Abulaamu n'alifuula Yibulayimu, Sarai nalifuula Saara, Yakobo n'alifuula Yisiraeri, ekitegeeza nti yali alwanye ne Katonda n'awangula.

Enjawulo Wakati wa Basajja n'Abakazi mu Ggulu

Mu ggulu teri bya kufumbiriganwa, naye nga waliyo enjawulo erabikira ddala wakati w'abaami n'abakyala. Ekisookera ddala, abasajja bawanvuwa fuuti mukaaga ku mukaaga ne buyinki bubiri ate abakyala baba bampiko yinki nga nnya.

Abantu abamu bawulira bubi nnyo olw'ekigero kyabwe nga bampi nnyo oba bawanvu nnyo, naye okuwulira okw'ekika ekyo mu ggulu tekuliiyo. Era, tekyetaagisa na muntu kwerariikirira ku buzito bwabwe, kubanga buli muntu ajja kubeera n'obuzito obumala n'enkula ennungi.

Omubiri ogw'omu ggulu teguwulira buzito bwonna wadde nga gulinga ogulina obuzito, kyekyo lwaki omuntu ne bwatambula ku bimuli, tebyonooneka oba okwefunya. Omubiri ogw'omu ggulu tegusobola kupimibwa, wadde si kye kintu ekisobola okufuuyibwa embuyaga kubanga guba mugumu nga teguyuugayuuga. Okuba n'obuzito wadde tebuwulikika kitegeeza nti gulina enkula yaagwo n'endabika. Kiba nga bw'ositula olupapula, towulira buzito bwonna naye ng'okimanyi nti lulina obuzito bwalwo.

Enviiri ziba njeru ng'ez'abazungu nga mulimu ko ku mayengo. Enviiri z'abasajja zikka okutuuka ku nsingo, naye obuwanvu bw'enviiri z'abakyala bwawukana okuva ku mukyala omu okudda ku mulala. Omukyala okuba n'enviira empanvu kitegeeza nti yafuna empeera ez'amaanyi, era ng'oyo asinza enviiri ampanvu zikka paka ku kiwato. N'olwakyo, kitiibwa kya maanyi n'akwenyumiriza omukyala okuba n'enviira empanvu (1 Bakkolinso 11:15).

Ku nsi kuno, abakyala abasinga baagala era bagezaako nnyo okuba n'olususu olw'eru ate olugonvu. Beeteekako ebizigo eby'enjawulo olususu lwabwe luleme kuyiika era lube lugonvu nga temuli wadde enkanyanya. Mu ggulu, buli muntu ajja kuba n'olususu olutalinaako bbala lyonna nga lweru bulungi, lulabika bulungi, era nga luyonjo, lumasamasa n'ekitangaala kye kitiibwa.

Ate okusinga ennyo, olw'okuba teri bubi bwonna mu ggulu, tekyetaagisa kuteekako kizigo kyonna oba okufa ku ndabika yo ey'okungulu kubanga buli kimu kirabika bulungi eyo. Ekitiibwa kye kitangaala ekiva mu mubiri ogw'omu ggulu kijja kuba kyawukana mu kumasamasa okusinziira ku buli omu gye yakoma okwetukuza okufaanana omutima gwa Mukama. Era, ensengeka ejja kusalibwawo oba ejja kusigala bwetyo mu ngeri eyo.

Omutima gw'Abantu Ab'omu Ggulu

Abantu ab'omubiri ogw'omu ggulu balina omutima gw'omwoyo gwe nnyini, nga guno gwe gwo bwakatonda era nga tegulinaamu bubi wadde. Ng'abantu bwe baagala okufuna n'okukwata ku bintu ebirungi ku nsi kuno, n'omutima gw'abantu abalina omubiri ogw'omu ggulu baagala okuwulira obulungi bw'abalala, okubutunuulira n'okukwatako n'essanyu. Kyokka, nga tebakikola mu mulugube oba obujja wadde.

Era, abantu bakyuka okusinziira ku kye bafunamu ku nsi kuno, era ne bawulira nga bakooye ebintu, wadde nga birungi. Omutima ogw'abantu abalina omubiri ogw'omu ggulu tebalina lugezigezi era tebakyuka.

Eky'okulabirako, abantu ku nsi kuno, bwe baba abaavu, basobola okulya ne mmere ey'esente entono ddala n'emmere etalina biriisa bulungi naye ng'ebawoomera. Bwe bagaggawalamu, tebawulira bulungi n'ebyo ebyali bibawoomera luli era ne babeera nga banoonya emmere esingako obulungi. Bw'ogula eky'okuzanyisa ekipya eky'omwana, babeera basanyufu nnyo nga bakakifuna, naye bwe wayitawo ennaku kijja kuba tekikyabasanyusa nnyo era nga baagala kirala. Wabula mu ggulu, ebyo tebiriiyo, bw'oyagala ekintu, ojja kukyagala olubeerera.

2. Ennyambala mu Ggulu

Abantu abamu bayinza okulowooza nti ennyambala mu ggulu ejja kuba efaanagana, naye ekyo si bwe kiri. Katonda ye Mutonzi, era Omulamuzi ow'amazima oyo agaba okusinziira ku ky'okoze. N'olwekyo, nga empeera bwe ziri ez'enjawulo mu ggulu, n'engoye n'azo zijja kuba z'anjawulo okusinziira ku bikolwa by'oku nsi kuno (Okubikkulirwa 22:12). Olwo, ngoye za kika ki ezinaayambalwa mu ggulu era ziwundibwa zitya?

Engoye ez'omu Ggulu eza Langi ez'enjawulo n'Enkola

Mu ggulu, buli mubiri gw'ambala engoye ezaaka, enjeru era ezimasamasa. Ziba ng'onvu nnyo nga siliki ate nga ziwewuka nnyo nga ziringa ezitalina buzito bwonna, era nga z'enyeenya bulungi.

Olw'okuba buli muntu essa kwe yakoma okwetukuza lya njawulo, ekitangaala ekifubutuka mu ngoye n'okwakayakana n'abyo bya njawulo. Omuntu gy'akoma okufaananya omutima gwe n'ogwa Katonda Omutukuvu, n'engoye z'ayambala gye zikoma okutangalijja.

Era, Okusinziira ku kye wakolera obwakabaka bwa Katonda n'addizibwa ekitiibwa, engoye ez'enjawulo nga zikoleddwa mu ng'eri ez'enjawulo zijja kugabibwa nga bwe kigwanira.

Ku nsi kuno, abantu bambala engoye ez'ebika eby'enjawulo okusinziira ku kye bali mu kitundu oba ensimbi ze balina. Ne mu ggulu, ojja kwambala engoye ez'alangi ez'enjawulo n'enkula ez'enjawulo gy'onookoma okubeera mu bifo ebya waggulu mu ggulu. Era, n'ennyoola y'enviira saako eby'okwewunda bijja kuba byanjawulo.

Era, edda abantu ebitiibwa by'abalala baabirabiranga ku ngoye ze bambadde. Mu ngeri y'emu, abantu ab'omu ggulu basobola okumanya ekifo n'obungi bwe ngule ze wawangula mu ggulu. Okwambala engoye ez'awukana mu nkola oba langi ku z'abalala kitegeeza nti omuntu oyo alina ekitiibwa ekisingako.

N'olwekyo, abo abayingidde Yerusaalemi Empya oba abakoleredde ennyo obwakabaka bwa Katonda bafuna be basinga okufuna engoye eziringa langi empitirivu obulungi, era nga zirina langi ez'akayakana ennyo. Ku mukono ogumu, bw'oba obwakabaka bwa Katonda tobukoleredde nnyo, ojja kufuna engoye ntono mu ggulu. Ate ku ludda olulala, Bw'oba ng'okoleredde nnyo obwakabaka n'obwesigwa, n'okwagala, ojja kuba osobola okufuna engoye ezitabalika ez'alangi ennyingi, n'enkola ez'enjawulo.

Engoye ez'omu Gggulu n'Ebiziwunda Eby'enjawulo

Katonda ajja kugaba engoye eziwundiddwa mu ngeri ez'enjawulo n'enkula okulaga ekitiibwa kya buli kinnoomu. Nga olulyo olulangira olw'edda bwe lwalaganga ebifo byalwo nga bateeka ku ngoye ze baayambalanga ebiziwunda eby'enjawulo, n'engoye ez'omu ggulu ezirina ebiziwunze eby'enjawulo zijja kulaga ekifo ky'omuntu mu ggulu n'ekitiibwa.

Waliwo ebiwunda ebyebaza, eby'okutendereza, eby'okusaba, eby'essanyu, eby'ekitiibwa, n'ebiringa ebyo ebiyinza okutungibwa ku ngoye ez'omu ggulu. Bw'oyimba ennyimba ezitendereza mu bulamu bw'ensi eno nga bwe weebaza munda mu ggwe olw'okwagala n'ekisa kya Katonda Kitaffe ne Mukama, oba bw'oyimba okuddiza Katonda ekitiibwa, Akkiriza omutima gwo ng'akawoowo akalungi era n'ateeka eby'okuwunda ku ngoye zo mu ggulu.

Ebiwunda eby'essanyu n'okwebaza bijja kuteekebwa ku ngoye bulungi nnyo ez'abantu ababadde abasanyufu ddala era nga beebaliza ddala okuva ku ntobo y'emitima gyabwe olw'okujjukira

121

ekisa kya Katonda Kitaffe oyo eyagaba obulamu obutaggwaawo ne ggulu ne bwe baalinga mu nnaku wadde okugezesebwa ku nsi. Ekirala, ebiwunda eby'okusaba bijja kuteekebwa ku ngoye z'abo abaasabira obwakabaka bwa Katonda n'obulamu bwabwe bwonna. Wabula mu byonna bino, ebiwunda ebisingirayo ddala obulungi bye biwunda eby'ekitiibwa. Bino bye bisingirayo ddala okuba ebizibu okufuna. Bino biteekebwa ku ngoye z'abo bokka abakola buli kimu ku lw'okuddiza Katonda ekitiibwa okuva ku ntobo y'emitima gyabwe egy'amazima. Nga Kabaka oba pulezidenti bw'awa omujaasi omudaali ogw'enjawulo oba ogw'ekitiibwa olw'okumwebaza emirimu gye gyakoze obulungi ennyo, ebiwunda bino eby'ekitiibwa biweebwa abo bokka abaakola obutakoowa nga bakolerera obwakabaka bwa Katonda era emirimu gyabwe n'egiweesa nnyo Katonda ekitiibwa. N'olwekyo, oyo ayambala engoye eziwundiddwa n'ebiwunda eby'ekitiibwa y'oyo asingiriayo ddala ekitiibwa mu bwakabaka obw'omu ggulu.

Empeera z'Engule n'eby'okwewunda

Waliwo eby'okwewunda ebitabalika mu ggulu. Era ey'okwewunda ebimu bigabibwa ng'empeera era nga n'abyo biteekebwa ku ngoye. Mu Kitabo ky'Okubikkulirwa osoma nti Mukama ayambadde engule ey'azaabu n'eby'okuwunda okwetoloola ekifubi kye, era nga zino zonna mpeera mpeera ez'amuweebwa Katonda.

Baibuli ey'ogera ku bika by'engule eby'enjawulo. Okwo kwe basinziira okugaba engule olw'omuwendo gw'engule zino byawukana kubanga zigabibwa ng'empeera.

Waliwo ebika by'engule bingi ebigabibwa okusinziira ku

bikolwa by'omuntu gamba ng'engule etavunda eyo eweebwa abo awakanira mu by'emizannyo (1 Bakkolinso 9:25), engule ey'ekitiibwa eweebwa abo abaddiza Katonda ekitiibwa (1 Peetero 5:4), engule ey'obulamu eweebwa abo bonna abaali ab'esigwa okutuuka n'eku ssa ly'okufa (Yakobo 1:12; Okubikkulirwa 2:10), engule eya zaabu eyo abakadde 24 gye bambadde ab'etoolodde Namulondo ya Katonda (Okubikkulirwa 4:4, 14:14), n'engule ey'obutuukirivu eyo Paulo omutume gye yali ayayaanira (2 Timoseewo 4:8).

Era, waliyo n'engule ezirina enkula ez'enjawulo eziwundiddwa n'ebyokwewunda gamba ng'engule eziwundiddwa ne zaabu, engule eziwundiddwa n'ebimuli, engule eziwundiddwa ne zuuli, n'ebirala bingi. Okusinziira ku kika ky'engule omuntu kyafuna, osobola okutegeera obutukuvu bwe n'empeera ze.

Ku nsi kuno omuntu yenna asobola okugula eby'okwewunda bw'aba alina sente, naye mu ggulu engeri yokka gy'osobola okufunamu eby'okwewunda biba bikuweereddwa ng'empeera. Ensonga nga obungi bw'abantu be walokola, omuwendo gwe biweebwayo bye wawaayo n'omutima gumu, ne gye wakoma okuba omwesigwa ze zeesigamwako okufuna ebika by'empeera ezikuweebwa. N'olwekyo, eby'okwewunda n'engule birina okuba eby'enjawulo kubanga bigabibwa okusinziira ku bikolwa by'omuntu. Era, ekitangaala, obulungi, okumasamasa, n'obungi bwe by'okwewunda n'engule n'abyo byanjawulo.

Kye kimu n'ebifo eby'okubeeramu mu ggulu saako ennyumba. Ebifo eby'okubeera bya njawulo okusinziira ku kukkiriza kwa buli muntu; obunene, obulungi, obuccamufu bwa zaabu n'eby'okwewunda ebirala eby'enyumba y'omuntu mwanabeera mu ggulu byawukana. Ojja kw'ongera okwekenneenya ebintu bino ebikwata ku bifo eby'okubeeramu mu ggumu mu ssuula ey'omukaaga n'okudda waggulu.

3. Emmere mu Ggulu

Obantu abasooka ku nsi Adamu ne Kaawa baabeeranga mu Lusuku Adeni, baalyanga bibala byokka mpozzi n'ebimera ebibala ensigo (Olubereberye 1:29). Wabula, Adamu bwe yagobebwa mu Lusuku Adeni olw'obujeemu bwe, baatandika okulya ebimera byonna bye basanze. Oluvanyuma lw'amataba agaali agamaanyi, abantu bakkirizibwa okulya ennyama. Mu ngeri eno, omuntu bwe yagenda yeeyongera okuba omubi, n'emmere ey'okulya gyeyakoma okukyuka.

Olwo, munaalyanga ki mu ggulu, eyo etali bubi bwonna? Abamu bayinza okwebuuza oba nga omubiri ogw'omu ggulu n'agwo gwetaaga okulya. Mu ggulu, osobola okunywa Amazzi ag'Obulamu, era n'olya oba n'owunyiriza ebika by'ebibala eby'enjawulo okufuna essanyu.

Okussa kw'Omubiri ogw'omu Ggulu

Nga ffe abantu bwe tussa ku nsi, n'emibiri gy'omuggulu n'agyo gissa mu ggulu. Naye nga, gyo emibiri gy'omu ggulu ne bwe gitassa wadde, wabula gisobola okuwumulamu nga bwe gissa, nga naawe bw'ossa ku nsi kuno. N'olwekyo tegisizza mu kamwa na nnyindo mwokka, wabula n'amaaso gaagyo oba okuyita mu butafaali bw'omubiri bwonna, oba nga gikozesa omutima.

Katonda asika omukka gw'emitima gyaffe kubanga Ye Mwoyo.

Yali musanyufu nnyo olw'ebiweebwayo by'abasajja abatuukirivu era n'awunyiriza evvumbe okuva mu mitima gyabwe mu biseera by'Endagaano Enkadde (Olubereberye 8:21). Mu Ndagaano Empya, Yesu, oyo ataalinako bbala lyonna wadde olufunyiro, Yeewaayo ku lwaffe, era ng'ekiweebwayo era ssaddaaka eri Katonda ng'evvumbe eriwunya obulungi (Abaefeso 5:2).

N'olwekyo, Katonda awunyiriza evvumbe eriva mu mutima gwo bw'oba omusinza, bw'oba osaba oba ng'oyimba ennyimba ezitendereza n'omutima omutuufu. Gy'okoma okufaanana Mukama n'ofuuka omutuukirivu, obeera ofulumya evvumbe lya Kristo, era ng'eryo lye lifuuka ekiweebwayo eky'omuwendo eri Katonda. Katonda akkiriza okutendereza kwo n'okusaba n'essanyu okuyita mu kussa.

Mu Matayo 26:29, olaba nga Mukama akusabira okuva lwe Yalinya mu ggulu, nga talyanga kintu kyonna kati ebyasa bibiri biyiseewo. Mu ngeri y'emu, mu ggulu, omubiri ogw'omu ggulu gusobola okubeerawo nga tegulya wadde okussa. Naawe wennyini ojja kubeerawo olubeerera bw'onoogenda mu ggulu kubanga ojja kukyuka ofuuke omubiri ogw'Omwoyo ogwo ogutavunda.

Wabula, Omubiri ogw'omu ggulu bwe gussa, gusobola okuwulira essanyu erisingako, era n'omwoyo ne guwulira nga guddiziddwa bugya. Ng'abantu bwe balya ku mmere ey'enjawulo okubeezaawo emibiri gyabwe nga miramu bulungi, omubiri ogw'omu ggulu gunyumirwa okussa evvumbe eddungi mu ggulu.

N'olwekyo ebimmuli eby'ebika eby'enjawulo saako ebibala, bwe bifulumya obuwoowo obulungi, omubiri ogw'omu ggulu gusika akawoowo ako. Ebimuli ne bwe biba bifulumya akawoowo k'ekamu buli lwe bifulumya, omubiri ogw'omu ggulu

125

gujja kuwuliranga nga musanyufu era nga gukusse.
Era, omubiri ogw'omu ggulu bwe gufuna akawoowo ako akalungi ak'ebimuli n'ebibala, akawoowo ako kannyikira mu mibiri gyabwe nga bw'olaba kalifuuwa gwe abantu gwe beekuba. Omubiri guba guba guwunya akawoowo ako okutuusa nga kaweereddmu ddala mu mubiri. Nga bw'owulira obulungi nga weekubye kalifuuwa wano ku nsi, omubiri ogw'omu ggulu guba gusanyusa okuwunyako olw'akawoowo akalungi akaguvaamu.

Bifuluma okuyita mu ku Ssa

Olwo, abantu balya batya ate ne bagenda mu maaso n'obulamu bwabwe mu ggulu? Mu Baibuli olaba nti Mukama yalabikira abayigirizwa Be oluvanyuma lw'okuzuukira Kwe, era n'abasizza omukka (Yokaana 20:22) oba n'alya n'abo emmere (Yokaana 21:12-15). Ensonga lwaki Mukama eyali azuukidde yalya emmere si lwakuba nti yali muyala, wabula yayagala okugabana n'abayigirizwa Be essanyu n'okwagala okukumanyisa nti naawe ojja kulya ng'otuuse mu ggulu ng'oli mu mubiri ogw'omu ggulu. Yensonga lwaki Baibuli yalaga Yesu Kristo ng'alya omugaati n'ebyenyanja ku kye nkya oluvanyuma lw'okuzuukira Kwe.

Olwo, lwaki Baibuli ekugamba nti Mukama yabasizza ng'amaze okuzuukira? B'womala okulya mu ggulu, emmere eyingira mu mubiri amangu ddala, ate n'efulumizibwa okuyita mu kussa. Mu ggulu, emmeere ekolebwako mangu mu mubiri era n'evaamu mu mubiri okuyita mu ku ssa. N'olwekyo okwetawuluza oba kabuyonjo tebyetaagisa mu ggulu. Nga banange kiba kinnyuma nnyo era nga kiwuliza bulungi omuntu, emmere eba eririddwa bw'eva mu mubiri okuyita mu ku ssa ng'akawoowo era n'ebulira awo!

4. Eby'entambula mu Ggulu

Mu byafaayo by'omuntu, ng'obugunjufu ne sayansi bigenda byeyongera, entambula eyanguya era ewuliza obulungi omuntu ezze egunjibwawi, entambula ng'ey'ebigaali, emmotoka, emmeeri, eggaali z'omukka, Ennyonyi, n'ebirala.

Ne mu ggulu waliwo ebika by'entambula eby'enjawulo. Waliwo entambula ey'olukale nga eggaali y'omuka ey'omu ggulu ne ntambula ez'obwannanyini ng'ebire, emmotoka n'ebigaali ebya zaabu.

Mu ggulu, omubiri gw'omu ggulu gusobola okutambula ku misinde mingi nnyo oba n'okubuuka kubanga tegufugibwa bbanga na budde, naye nga kiba kinnyuma nnyo era nga kisanyusa okukozesa entambula eyakuweebwa ng'empeera.

Okutambulako n'eby'entambula mu Ggulu

Nga kyandibadde kya ssanyu era nga kisanyusa singa obadde osobola okutambula nga bw'olaba buli kimu mu ggulu nga bw'olaba ebintu byonna ebirungi era eby'ekyewunyo mu ggulu Katonda bye yakola!

Buli kifo kyonna mu ggulu kyefaanana kyokka, era osobola okunyumirwa buli kifo kyonna eyo. Era, olw'okuba omutima gw'omubiri ogw'omu ggulu tegukyukakyuka, tegukoowa wadde okwetamwa, okukyaliira ekifo kye kimu bulijjo. N'olwekyo okutambulako mu ggulu kintu kinyuma nnyo era kisanyusa okukola.

Omubiri ogw'omu ggulu tegwetaaga kuba ku kidduka kyonna kubanga tegukoowa era gusobola n'okubuuka. Wabula, okukozesa entambula ez'enjawulo kikuwuliza bulungi nnyo. Kibanga okutambulira mu bbaasi bwe kinyuma ennyo okusinga okutambula, kyokka ng'okuvuga takisi oba oba emmotoka entono kiwulikika bulungi okusinga okutambulira mu bbaasi ova eggaali y'omukka y'okunsi kuno.

N'olwekyo bw'otambulira mu ggaali y'omukka ey'omu ggulu, eyo ewundiddwa n'eby'okwewunda ebya langi ez'enjawulo, osobola n'okutuuka gyolaga wadde tewali luguudo lwa ggaali ya mukka, era ng'esobola okudda yonna gyeyagala oba ku kkono oba ddyo oba waggulu oba wansi.

Abantu b'omu lusuku lwa Katonda bwe baba baakugenda mu Yerusaalemi Empya, bajja kutambulira mu ggaali y'omukka ey'omu ggulu kubanga ebifo bino byombi byesudde okuva ku kirala. Liba ssanyu gyereere eri abo abagitambuliddemu. Okuyita mu mataala agatangalijja, basobola okulaba ebifo ebyakolebwa obulungi okuva ewala okuyita mu madirisa. Bawulira na bulungi nnyo bwe balowooza obulowooza nti bagenda kulaba ku Katonda Kitaffe.

Mu ntambula ey'omu ggulu, mwe muli ekiggaali kya zaabu omwo omuntu omukulu ennyo ava mu Yerusaalemu Empya mwatambulira bw'aba yeetooloolako mu ggulu. Kirina ebiwawatiro byeru, era nga waliwo eppeesa mu nda waakyo. Olw'eppeesa lino, kiba kyevuga kyokka, era nga kisobola n'okudduka oba okubuuka nga nnyini kyo bwaba ayagala.

Emmotoka Y'oku bire

Ebire mu ggulu biringa ebiwunda ebyongera ku bulungi bw'eggulu. N'olwekyo omubiri ogw'omu ggulu bwe gugenda mu bifo ebyetooloddwa ebire, omubiri gweyongera okumasamasa okusinga ogutagendera mu bire. Era guyinza n'okuwuliza abalala nga n'abo baagala okubeera nga gwo n'okuguwa ekitiibwa, n'obuyinza okusinga omubiri oguba tegubikiddwa bire.

Baibuli egamba nti Mukama waffe ajja kudda mu bire (1 Bassaselonika 4:16-17), era kino kiri bwe kityo lwakuba okujira mu bire eby'ekitiibwa kiba kya kitiibwa nnyo, era nga kirabika bulungi nnyo okusinga okujja obuzi mu bbanga awatali bire. Mu ngeri y'emu ebire mu ggulu bibeerawo okwongera ekitiibwa ku baana ba Katonda.

Bw'oba ng'osaanidde okuyingira Yerusaalemi Empya, osobola okuba n'emmotoka y'ebire ey'ekyewunyo. Si bire ebikolebwa omukka oguva mu mazzi ag'essera ennyo, nga ku nsi eno, naye nga byo biba ebire eby'ekitiibwa eby'eggulu.

Ebire okutambulirwa biraga ekitiibwa, n'obuyinza obw'oyo abitambulirako. Wabula, si buli muntu nti asobola okuba n'ebire okutambulirwa kubanga biweebwa abo bokka abasaanidde okuyingira Yerusaalemi Empya olw'okuba baali batukuziddwa ddala era nga beesigwa mu byonna mu nnyumba ya Katonda.

Abo abayingira mu Yerusaalemi Empya basobola okugenda wonna ne Mukama nga batambulira mu bire bino. Bwe baba bali mu bire, ba malayika babawerekerako nga bwe babaweereza. Kibanga bw'olaba abaweereza abangi nga baweereza kabaka oba omulangira bw'aba alinako walaze. N'olwekyo, engeri bamalayika gye babawerekeramu n'okubaweereza eyongera okulaga ekitiibwa n'obuyinza bw'abo abaweerezebwa.

Ekire kino kitera kuvugibwa ba malayika. Waliyo ekyo ekituulwamu omuntu omu, n'ekirina ebifo ebingi omutuula abantu abangi nga bonna bayinza okugendera awamu. Omuntu ow'omu Yerusaalemi Empya bwazanya omuzannyo gwa goofu era n'atambulatambula mu kisaawe, emmotoka y'ebire ejja n'esembera waali. Bw'agiyingiramu, emmotoka etandika mpola mpola okutambula.

Kubisaamu akafaananyi ng'obuukira mu bbanga, ng'oli mu mmotoka ey'ekire ng'olina abakuwerekerako okuli ba malayika mu Yerusaalemu Empya. Era, fumiitirizaamu ng'otambulira mu bire ne Mukama, oba ng'otambulira mu ggulu eddene ennyo mu ggaali y'omuka ey'omu ggulu n'abantu b'oyagala ennyo. Mubutuufu essanyu liyinza okukuyitirirako.

5. Eby'okusanyusa mu Ggulu

Abantu abamu bayinza okulowooza nti teri kisanyusa nnyo bw'oba ng'oli mu mubiri ogw'omu ggulu, naye ekyo si bwe kiri. Okoowa oba toyinza kukuta masanyu ga nsi eno, naye mu nsi ey'omwoyo, "essanyu" bulijjo liba ppya era nga lizza buggya.

N'olwekyo mu nsi eno, gy'okoma okutuukiriza omwoyo omujjuvu, gy'okoma n'okwagala era n'okuba omusanyufu. Mu ggulu, tokoma mu kweyagalira mu by'osinga okwagala oba okunyumirwa naye waliyo n'ebisanyusa ebirala bingi, ebitayinza kugeerageranyizibwa mu kunyuma na bya nsi eno.

Okunyumirwa by'osinga Okwagala n'Emizannyo

Ng'abantu ku nsi kuno bwe bakulaakulanya talanta zaabwe ne babeera nga balina bingi bye bayinza okukola okuyita mu talanta zaabwe, osobola n'okweyagalira mu by'osinga okwagala okukola ne mu ggulu. Tokoma ku kweyagalira mw'ebyo byokka bye wayagalanga ennyo ku nsi, wabula ne mu bintu bye weerekereza okusobola okukola emirimu gya Katonda ng'obyeyagaliramu nga bwoyagala. Osobola n'okuyiga ebintu ebipya.

Abo abanyumirwa ebivuga eby'ennyimba basobola okutendereza Katonda ng'abakuba endingidi. Oba oyinza n'okuyiga okukuba ennanga, okufuuwa omulere n'ebivuga ebirala bingi, era osobola okubiyiga amangu ddala kubanga buli omu afuuka mugezi mu ggulu.

Osobola n'okunyumya emboozi n'eby'obutonde n'ensolo ez'omu ggulu okwengereza ku ssanyu lyo. N'ebimera saako ensolo bimanya abaana ba Katonda, ne bibaaniriza, ne bibalaga essanyu lyabyo era n'ebiraga n'okwagala kwabyo n'ekitiibwa gya bali.

Era, osobola okunyumirwa emizannyo emirala nga gwe bayita Tenesi, Ensero, goofu, n'ebiringa ebyo, wabula egimu tegiriiyo ng'ebigwo, ebikonde ebisobola okulumya abalala. Ebikozesebwa mu mizannyo si bya bulabe n'akamu. Bikolebwa mu bintu ebirungi ennyo era ne biwundibwa bulungi nnyo ne zaabu saako eby'okwewunda okusobola okwongera okuwa abantu essanyu n'okunyumirwa nga bwe bazannya emizannyo gino.

Era, ebikozesebwa mu mizannyo biraba emitima gy'abantu era n'ebyongera okubawa essanyu. Eky'okulabirako, bw'oba onyumirwa omuzanyo gw'okunasula eccupa ng'ozisona n'omupiira okuli obusongezo gwe bayita (bowling) omupiira ogusona n'obusongezo obuguliko bikyusa langi z'abyo, era n'ebirekawo ebbanga ly'oyagala. Era n'ebyeteeka mu bifo nga w'obyagala bibeere. Obusongezo bugirako ekitangaala ekirungi n'ebukola n'eddoboozi eddungi. Bw'oba ng'oyagala gw'ozanya naye awangule, obusongezo butambula nga bw'oyagala bukusanyuse.

Mu ggulu, teri bubi bwonna obw'okwagala okuwangula oba okusinga omuntu omulala. Okuwa omuntu essanyu n'okunyumirwa kwe kuwangula omuzannyo. Omuntu ayinza okwebuuza omugaso gw'omuzannyo ogutalinaako asinga oba asingiddwa, naye mu ggulu tofuna ssanyu mu kuwangula muno. Okuzannya omuzannyo kyokka kikuwa ssanyu.

Kale, waliwo n'emizannyo gy'ofunamu essanyu okuyita mu kuvuganya okulungi. Okugeza, waliwo omuzannyo mw'owangulira okusinziira ku bungi bwa kawoowo k'osisse okuva mu bimuli, oyo asinga okuvaayo n'akawoowo akalungi ng'amaze okubugattagatta, n'ebiringa ebyo.

Ebika By'ebisanyusa Eby'enjawulo

Abamu kw'abo abanyumirwa emizannyo beebuuza oba waliyo emizannyo ng'egyokuyiringita okuva ku kifunvu ekiwanvu mu ggulu. Ddala waliyo ebika by'emizannyo bingi ebinyuma okusinga eby'oku nsi.

Emizannyo mu ggulu, tegiringa gya ku nsi, nti gikooya oba okwonoona amaaso go. Toyinza kuwulira nga gikutamye. wabula, gikuzaamu buza maanyi era n'owulira eddembe oluvanyuma. Bw'owangula oba okufuna obubonero obulungi, owulira bulungi nnyo era tebiyinza na kukutama.

Abantu mu ggulu bali mu mibiri egy'omu ggulu, n'olwekyo tebatya kugwa kuva waggulu mu bisaawe by'emizanyo ng'ebyo kwebatuumbiirira mu bbanga ate bwe batuuka wansi ne bayilingita ate ne baddamu okutumbiira mu bbanga. Bawulira buwulizi ssanyu na kunyumirwa. N'olwekyo n'abo abaalina ensisi ku nsi basobola okunyumirwa ebintu ng'ebyo mu ggulu nga bwe baagala.

N'ebwogwa okuva ku kantu akakuyiringisa, tofuna bisago kubanga oli mu mubiri ogw'eggulu. Osobola okutuuka ku ttaka bulungi nnyo nga kabaka w'obukoddyo, oba ba malayika babeera bakukuuma. N'olwekyo kubisaamu akafaananyi ng'oli ku bupiira obwo obuyiringisa, nga bw'oleekanira wagulu ne Mukama, wamu n'abantu b'oyagala bonna. Nga banange kiyinza okuba eky'essanyu okuyitirira!

6. Okusinza, Okusoma, ne Neeyisa mu Ggulu

Tekyetaagisa kukolerera kya kulya, kya kwambala, wadde ew'okusula mu ggulu. N'olwekyo abamu bayinza okwewunya, "Olwo tunaaba tukola ki olubeerera? Tetuufuuka bassekibote olw'okubulwa eky'okukola?" Wabula, tekyetaaga kwerariikirira n'akamu.

Mu ggulu, waliyo ebintu bingi nnyo by'oyinza okweyagaliramu. Waliwo ebintu bingi nnyo eby'okukola era ebisanyusa n'ebintu ebigenda mu maaso ng'ebyemizannyo, eby'okusoma, eby'okusinza, embaga, ebijjaguzo, okutambulako n'eby'emizannyo.

Tekikukakatako wadde okukibwa okw'enyigira mu bintu

bino. Buli muntu akola buli kimu kyeyagalire, era akikola mu ssanyu kubanga buli kimu ky'okola kikuwa essanyu lingi.

Okusinza ne Ssanyu mu Maaso ga Katonda Omutonzi

Nga bw'ogenda mu kanisa era n'osinza Katonda mu nnaku ezimu n'ebiseera ebiweereddwa ku nsi kuno, ne mu ggulu wabaayo okusinza Katonda mu kiseera ekimu ekitereddwawo. Era, Katonda y'abuulira obubaka era okuyita mu bubaka Bwe, oyiga ku Katonda gye yava n'ebikwata ku nsi ey'Omwoyo eyo etalinaako ntandikwa wadde ekkomo.

Okutwaliza awamu, abo abakola obulungi mu kusoma kwabwe babeera beesunga okusoma wamu n'okulaba ku musomesa. Ne mu bulamu bw'okukkiriza, abo abagala Katonda era n'ebasinza mu mwoyo era ne mu mazima babeera beesunga okusaba okw'okusinza n'okuwuliriza eddoboozi ly'omusumba abuulira ekigambo ky'obulamu.

Bw'ogenda mu ggulu, obeera n'essanyu saako okusanyukira mu kusinza Katonda era nga weesunga okuwulira ekigambo kya Katonda. Osobola okuwuliriza ekigambo kya Katonda okuyita mu kusaba, n'okuba n'obudde obw'okwogeramu ne Katonda, oba okuwuliriza ekigambo kya Mukama. Era, wabaawo n'ebiseera by'okusaba. Kyokka, temufukamira wadde okuzibiriza amaaso gammwe nga bwe mukola ku nsi kuno. Kiba kiseera kya kusaagamu ne Katonda. Okusaba mu ggulu kuba kunyumyamu ne Katonda Kitaffe, Mukama, n'Omwoyo Omutukuvu. Ng'ebiseera ebyo bijja kuba bya ssanyu nnyo!

Oyinza n'okutendereza Katonda nga bw'okola ku nsi kuno. kyokka, tekubeera mu nnimi zino ez'oku nsi, naye nga ojja kutendereza Katonda n'ennyimba empya. Abo abayita awamu mu kugezesebwa oba ba memba b'ekanisa emu ku nsi kuno bakung'ana wamu n'omusumba waabwe okusinza n'okussa ekimu.

Olwo, abantu batenderereza batya awamu mu ggulu, ate nga ebifo bye babeera biri mu bifo bya njawulo mu ggulu? Mu ggulu, ekitangaala eky'emibiri egy'omu ggulu kyawukana mu buli kifo eky'okubeeramu, n'olwekyo beeyazika engoye ezitukana n'ekifo ekya wagulu gye baba balaga. N'olwekyo, okugenda mu kusaba okuli mu Yerusaalemu Empya, nga kino kye kifo ekijjudde ekitangaala eky'ekitiibwa, abantu bonna abava mu bifo ebirala bateekwa okweyazika engoye ezitukana n'ekifo ekyo.

Ate n'ekirala, Nga bw'oyinza okwetaba mu kusaba kwe kumu naye nga gwe obirabira ku lutimbe oluweereza ensi yonna mu kiseera kye kimu, osobola okukola ekintu kye kimu ne mu ggulu. Osobola okwetaba mu kusaba okuli mu Yerusaalemi Empya naye ng'okulabira ku lutimbe oluweereza ebiriyo mu bitundu by'omu ggulu byonna, naye lwo olutimbe lw'omu ggulu luba lulungi nnyo ng'obeera ng'eyabaddeyo mu buntu mu kusaba gye kwabadde.

Era, oyinza n'okuyita bajjajja b'okukkiriza nga Musa ne Paulo omutume ne mutenderereza wamu. Wabula, oteekwa okuba n'obuyinza obw'omwoyo obusaana okusobola okuyita abantu ab'omuwendo bwe batyo.

Okuyiga Ebyama Ebippya era Eby'ebuziba

Abaana ba Katonda bayiga ebintu bingi eby'omwoyo bwe baba bakyateekebwateekebwa ku nsi kuno, wabula bye bayiga wano ddaala eribatwala mu ggulu. Bwe bwamala okuyingira mu ggulu, batandika okuyiga ku nsi empya.

Eky'okulabirako, abakkiriza ba Yesu Kristo bwe bafa, okujjako abo abagenda mu Yerusaleemi Empya, abalala bonna basigala mu kifo ekisangibwa ku njegoyego z'olusuku lwa Katonda, era gye batandikira okuyiga empisa n'amateeka ag'omu ggulu okuva ku bamalayika.

Ng'abantu ku nsi kuno, bwe bateekwa okusomesebwa okumanya eneeyisa y'omu bantu nga bwe bakula, okusobola okubeera mu nsi empya, ensi ey'omwoyo, olina okusomesebwa mu bujjuvu engeri y'okweyisaamu.

Abamu bayinza okwewunya lwaki baba bakyalina okusoma mu ggulu kyokka nga baali baayigga dda ebintu bingi ku nsi. Okusoma ku nsi kuno yengeri ey'omwoyo etandikirwako okutendekebwa, era okuyiga kw'ennyini kutandika ng'omaze kuyingira mu ggulu.

Mu ngeri y'emu, teri kkomo ku kuyiga kubanga obwakabaka bwa Katonda tebugwayo era bwa lubeerera. Wadde omanyi kyenkana ki, toyinza kumanya bikwata ku Katonda n'obimalayo oyo eyali nga n'ensi tezinnabaawo. Toyinza kumanya buziba bwa Katonda mu bujjuvu olw'okuba abaddewo olubeerera, oyo abadde afuga ensi yonna n'ebigirimu, era nga alibaawo emirembe gyonna.

N'olwekyo, osobola okutegeera nti waliyo ebintu bingi eby'okuyiga bw'oyingira mu nsi etaggwaayo ey'omwoyo, era ng'okuyiga okw'omwoyo kunyuma nnyo era kusanyusa, tekulinga emisomo gy'oku nsi kuno egimu.

Era, okuyiga okw'omwoyo si kwa buwaze era teri bigezo. Toyinza kwerabira by'oyize, n'olwekyo si bizibu era tebikooya.

Tolibitamwa oba okubeererawo nga tolina ky'okola mu ggulu. Ojja kuba musanyufu okuyiga ebintu ebipya ate eby'ewunyisa.

Embaga, Ebijjulo n'ebyo ebiteereddwawo okusanyusa Abantu

Ne mu ggulu waliyo ebika by'embaga bingi n'ebyo ebitegekeddwa okusanyusa abantu. Embaga zino y'entiko y'essanyu mu ggulu. Mu byo mw'owulira essanyu ery'amaanyi ery'okulaba obugagga, eddembe, obulungi ne kitiibwa eby'eggulu ng'obitunuddeko butunuzi.

Ng'abantu ku nsi kuno bwe beekolako obulungi ennyo nga bagenda ku mbaga ey'ekitiiba, era ne balya n'okunywa, saako okweyagalira mu bintu ebisinga obulungi, osobola okugenda ku mbaga abantu gye beekoleddeko obulungi nnyo. Embaga zino ziriko amazina aga buli ngeri, ennyimba, n'amaloboozi g'enseko saako essanyu.

Era, ebifo bino biringa ekifo ekiyitibwa Carnegie Hall ekisangibwa mu kibuga New York ekya Amerika oba ekyo ekiyitibwa Sydney Opera House ekisangibwa mu nsi ya Australia eyo ng'omuntu gyasanga ebisanyusa eby'enjawulo. Eby'o ebitereddwaawo okusanyusa abantu mu ggulu si bya bantu kwewaaniramu wabula bya kuddiza Katonda kitiibwa, okuwa Mukama essanyu n'okusanyuka n'okuligabana n'abalala.

Abo abakola ogw'okusanyusa beebo abaasinga okuddiza Katonda ekitiibwa mu kutendereza, n'okuzina, saako okukuba ebivuga, ku nsi kuno. Olumu abantu bano basobola okuyimba ennyimba ze baayimbanga ku nsi. Oba abo abaali baagala okukola ebintu bino ku nsi kuno naye ne batasobola olw'ensonga ezitali zimu, basobola okutendereza Katonda ne nnyimba empya saako amazina amapya mu ggulu.

Era, waliwo n'ebifo awalagibwa filimu ku ntimbe ennene gy'osobola okulabira filimu zino. Mu bwakabaka obusooka oba obw'okubiri, bbo ebiseera ebisinga firimu zino bazirabira mu bifo eby'olukale. Mu bwakabaka obw'okusatu ne mu Yerusaalemi Empya, buli muntu abeerayo alina ennyumba eyiye era ngamunyumba mulimu mw'ayinza okulabira. Abantu basobola okulaba firimu nga bali bokka oba okuyita abo be baagala ne baziraba bonna nga bwe balya ku bumpwankimpwaki.

Mu Baibuli, Paulo omutume yali abaddeko mu Ggulu Ery'okusatu, naye yali tasobola kunyumiza balala byaliyo (2 Bakkolinso 12:4). Kizibu nnyo okunnyonyola omuntu n'ategeera eggulu kubanga si kye kintu ekimanyiddwa ensi oba ekitegeerebwa obulungi abantu. Kyokka nga, emirundi mingi abantu bakitegeera bubi.

Eggulu lisangibwa mu nsi ey'omwoyo. Waliyo ebintu bingi by'otayinza kutegeera oba okukubyamu akafaananyi mu ggulu, eyo awajjudde okusanyuka n'essanyu ly'otayitangamu ku nsi kuno. Katonda akusuubiza Eggulu eddungi lityo gwe okulibeeramu, era nga Akuzaamu amaanyi okuba n'ebisaanyizo ebimala okuliyingira okuyita mu Baibuli.

N'olwekyo, Nsaba mu linnya lya Mukama waffe osobole okwaniriza Mukama ne ssanyu n'ebisaanyizo ebimala, ebyo ebyetaagisa omuntu okuba nga yeetegese ng'Omugole We omulungi bwanadda omulundi ogw'okubiri.

Essuula 6

Olusuku lwa Katonda

1. Obulungi ne Ssanyu eby'omu Lusuku Lwa Katonda
2. Bantu ba Kika Ki Abagenda mu Lusuku Lwa Katonda?

*Yesu n'amugamba nti,
"Mazima nkugamba
nti Leero onooba nange
mu Lusuku lwa Katonda."*
- Lukka 23:43 -

Abo bonna abakkiririza mu Yesu Kristo ng'Omulokozi waabwe era ng'amanya gaabwe g'awandiikibwa mu kitabo eky'obulamu bajja kusobola okweyagalira mu bulamu obutaggwaawo mu ggulu. Wabula, n'annyonyodde dda, nti waliyo emitendera mu kukula kw'okukkiriza. era ebifo ebibeerwamu mu ggulu, engule, n'empeera ebigabibwa mu ggulu bijja kusinziira ku kigero ky'okukkiriza okwa buli muntu.

Abo abasinga okufaananya omutima ne Katonda bajja kubeera kumpi ne Namulondo ya Katonda, era gye bakoma okuba ewala ne Namulondo ya Katonda, n'okufaananya ekitono omutima gwa Katonda

Olusuku lwa Katonda kye kifo ekisingayo okuba ewala ne Namulondo ya Katonda era nga kye kisinga okuba n'ekitangaala kya Katonda eky'ekitiibwa, ekitono, era nga kye kiri ku mutendera ogusembayo wansi mu ggulu. Kyokka, nga kiba kikyakubisiza wala ensi eno bw'obigerageranya mu bulungi, era nga kisinga n'olusuku Adeni obulungi.

Olwo, Olusuku lwa Katonda kifo kya kika ki, era bantu ba kika ki abagendayo?

1. Obulungi ne Ssanyu eby'omu Lusuku Lwa Katonda

Ekifo ekiri ku njegoyego z'olusuku lwa Katonda kikozesebwa ng'ekifo Awalindirwa okutuuka ku lunaku lw'Omusango ogw'oku Namulondo Enjeru (Okubikkulirwa 20:11-12).

Okujjako abo abaagenda edda mu Yerusaalemi Empya olw'okuba baali bafaananyiza ne Katonda omutima, era nga bali mu kuyamba mu mirimu gya Katonda, buli muntu yenna omulala eyalokoka okuva olubereberye alindira mu bifo ebiri ku njegoyego z'Olusuku lwa Katonda.

N'olwekyo olina okukitegeera nti Olusuku lwa Katonda lugazi nnyo nti era ebifo ebiri ku njegoyego zaalwo bikozesebwa ng'Ebifo Ebirindirwamu abantu abangi. Wadde ekifo kino ekinene eky'olusuku lwa Katonda kye kisembayo okuba ekya wansi mu ggulu, ddala tosobola ku kigerageranya mu bulungi wamu ne ssanyu na nsi eno, eyakolimirwa Katonda.

Era, olw'okuba kye kifo abo abantu abaateekerwateekerwa ku nsi gye banaatuukira, waliyo essanyu lingi n'okusanyuka okusinga olusuku Adeni eyo omuntu eyasooka Adamu gye yabeeranga.

Kati, katutunuulire ku bulungi n'essanyu eby'olusuku lwa Katonda ebyo Katonda byabikudde era ne bimanyika.

Ekibangirizi Ekinene Ekijjudde Ebisolo Ebirungi n'ebimera

Olusuku lwa Katonda kiringa ekibangirizi ekinene, era nga waliwo obusubi obusaawe obulungi ne nimiro ennungi. Bamalayika bangi balabirira ebifo bino. Okuyimba kwe nnyonyi kuvaayo bulungi nga tewali kikutataaganyiza, era amaloboozi gaazo ne gagenda nga gawawaala mu lusuku lwonna. Ennyonyi zifaanana ng'ezo kunsi kuno, naye nga zo nnene ko era nga zirina n'ebyoya ebirungi. Bwe ziyimbira mu bibinja kiba kinyuma nnyo.

Era, emiti n'ebimuli mu nnimiro zino giba mito bulungi era nga birabika bulungi nnyo. Emiti ne bimuli eby'oku nsi kuno bikala bwe wayitawo ebbanga, naye emiti gy'omu lusuku lwa Katonda giba gya kiragala olubeerera era n'ebimuli tebikala. Abantu bwe babisemberera, ebimuli bissaako akamwenyumwenyu, era olumu bifulumya akawoowo akalungi ak'abyo byokka n'ebisindika akawoowo ako ewala. Emiti gino emito gibalako ebibala bingi. Era bisingako obunene ku bibala bya kuno ku nsi. Ebikuta by'abyo biba bimasamasa era nga bisikiriza okulya. Tolina kubigyako bikuta ng'obirya kubanga yo teri nfuufu wadde obuwuka. Ha, nga kiyinza okuba ekirungi era nga kisanyusa ng'abantu batudde awo wamu mu kibangirizi ekirungi nga banyumyaamu, n'ebibbo by'ebibala ebijjudde nga bibali kumpi nga byonna bisikiriza okulya! Era, waliyo ebisolo bingi mu kibangirizi kino ekinene. Mu byo mulimu empologoma ezirya omuddo mu ddembe. Nnenne ddala okusinga empologoma ez'oku nsi kuno, naye nga si nkambwe wadde. Zisanyusa nnyo kubanga nzikakkamu era nga nyonjo bulungi, era nga zirina ebyoya ebimasamasa.

Omugga ogw'Amazzi Ag'obulamu gukulukuta mu Kimpowooze

Omugga ogw'Amazzi ag'Obulamu gulukuta okuyita mu ggulu lyonna, okuva mu Yerusaalemi Empya okutuuka mu Lusuku lwa Katonda, era nga amazzi gaagwo tegakendeera wadde okwonooneka. Amazzi okuva mu mugga guno ogutandikira ku Namulondo ya Katonda n'eguzza obulamu mu buli kimu guyimirirawo okulaga omutima gwa Katonda. Gwe mutima omulungi ogutalinaako kko lyonna wadde ebbala era nga mulungi kyokka nga gumasamasa era nga temuli nzikiza yonna. Omutima gwa Katonda mutuukirivu era gutuukiridde mu buli kimu.

Omugga ogw'amazzi ag'obulamu ogukulukuta mu kimpowooze gulinga amazzi g'ennyanja agamasamasa nga gakubiddwamu akasana n'egazza ekimyanso. Tegaliimu kantu konna era matangaavu bulungi nga tegasobola kugeraageranyizibwa ku mazzi ga nnyanja yonna wadde oguyanja oba omugga ku nsi kuno. Bw'obeera ewala n'ogutunuulira, amazzi gaagwo gabeera ne langi eya bbululu, bbululu waagwo alinga ow'enyanja eyitibwa Mediterranean oba eyo eyitibwa ennyanja Atlantic.

Kuliko entebe ennungi ku njuyi zombi ez'enguudo eziri ku buli ludda lw'Omugga ogw'Amazzi ag'obulamu. Okwetoloola entebe waliwo emiti egy'obulamu egibala ebibala buli mwezi. Ebibala eby'omuti ogw'obulamu binene okusinga ebibala eby'oku nsi, era nga biwunya era nga biwooma nnyo era ng'okuwooma kuno tosobola kukunyonyola. Bisaanuuka nga swiiti bw'obiteeka mu kamwa.

Teri Kintu kya Bwannanyini mu Lusuku lwa Katonda

Mu ggulu, enviiri z'abasajja zikka okutuuka ku nsingo, naye ezo ez'abakyala ziraga obungi bw'empeera ez'amuweebwa. Ezo enviiri z'omukyala ezisingayo obuwanvu zisobola okukka okutuuka mu kiwato. Wabula, abantu b'omu Lusuku lwa Katonda, tebafuna mpeera zonna, n'olwekyo enviiri z'abakyala zisingako katono ku z'abasajja.

Bambala engoye njeru nga zitungiddwa omulundi gumu, naye nga teziwundiddwa wadde okubaako akakwanso ak`atereddwako oba okwambala engule yonna era tebaba na kantu konna kakwata nviiri. Kiba bwe kityo lwakuba tebalina kintu kyonna kye baakolera bwakabaka bwa Katonda bwe baali bakyabeera ku nsi.

Mu ngeri y'emu, olw'okuba abo bonna abagenda mu Lusuku lwa Katonda tebabeera na mpeera yonna, teba nnyumba ya bwannanyini, wadde engule, oba eby'okuwunda, oba bamalayika ababaweereddwa okubaweereza. Wabaayo bubeezi ekifo emyoyo mwe gibeera mu lusuku Lwa Katonda okusigala eyo. Babeera eyo nga baweerezeganya.

Kye kimu n'Olusuku Adeni nayo teri nnyumba ya bwannanyini eya buli kinnoomu, naye nga waliwo enjawulo nnenne mu bungi bwe ssanyu wakati w'ebifo bino byombi. Abantu b'omu mu Lusuku lwa Katonda basobola okuyita Katonda nti "Abba Kitaffe" kubanga bakkirizza Yesu Kristo era ne bafuna Omwoyo Omutukuvu, n'olwekyo baba bawulira essanyu eritasobola kugeregeranyizibwa ne ssanyu ery'olusuku Adeni.

N'olwekyo, guba mukisa gw'amaanyi era ekintu eky'omuwendo okuba nti wazaalibwa ku nsi kuno, n'oyita mu bintu ebirungi n'ebibi, n'ofuuka omwana wa Katonda omutuufu, era n'oba n'okukkiriza.

Olusuku lwa Katonda Lujjudde Essanyu N'okusanyuka

Obulamu bw'omu Lusuku lwa Katonda bujjudde essanyu n'okusanyuka mu mazima kubanga teri bubi bwonna era buli muntu aba anoonya kusanyusa balala okusooka. Teri muntu akola munne bubi wabula okubaweereza n'okwagala. Obulamu buno nga buyinza okuba obussufu! Era, okuba nga teri kweraliikirira nnyumba yakusulamu, eky'okwambala, wadde emmere nakyo ku bwakyo ssanyu lyennyini. Ate n'okuba nti teri maziga, nnaku, ndwadde, obulumi, oba okufa nalyo sannyu ddala.

Alisangula buli zziga mu maaso gaabwe; era okufa tekulibaawo nate, so tewaabengawo nate nnaku newankubadde okukaaba newankubadde okulumwa, eby'olubereberye biweddewo (Okubikkulirwa 21:4).

Era olaba nti nga bwe waliwo bamalayika abakulu mu bamalayika, waliwo engeri y'obukulembeze mu bantu b'omu Lusuku lwa Katonda, kwe kugamba abo abakiikirira ne be bakiikirira. Kubanga ebikolwa by'abantu eby'obwesigwa bya njawulo, abo abalina okukkiriza okusingako ku kwabalala balondebwa okukiikirira abalala n'okulabirira ekifo n'ekibinja ky'abantu.

Abantu bano baambala engoye z'anjawulo ku z'abalala bonna mu lusuku lwa Katonda era nga beebasookerwako mu buli kimu. Kino si kintu ekitaliimu bwenkanya, kubanga kikolebwa mu bwenkanya bwa Katonda obuteekubidde okuddiza omuntu okusinziira ku bikolwa bye.

Olw'okuba teri bujja oba ensaalwa mu ggulu, abantu tebawulira bubi wadde okukyawa oyo aba aweereddwa ebirungi. Wabula, baba basanyufu abalala nga bafuna ebirungi.

Olina okukitegeera nti Olusuku lwa Katonda teruyinza kugeraageranyizibwa mu bulungi n'essanyu na kifo kyonna ku nsi kuno.

2. Bantu ba Kika Ki Abagenda mu Lusuku Lwa Katonda?

Olusuku lwa Katonda kifo kirungi nnyo ekikoleddwa mu kwagala kwa Katonda ne kisa Kye. Kye kifo ky'abo abatalina bisaanyizo bimala okuyitibwa abaana ba Katonda abatuufu, naye nga baategera Katonda era n'ebakkiririza mu Yesu Kristo, era n'olwekyo nga tebayinza kusindikibwa mu ggeyeena. Olwo, bantu ba kika ki ddala abagenda mu Lusuku lwa Katonda?

Abo Ab'ennenyeza Nga Tebannafa

Okusooka mu byonna, Olusuku lwa Katonda kye kifo eky'abo abeenenya nga tebannafa era n'ebakkiriza Yesu Kristo ne balokolebwa, Ng'omunyazi eyakomererwa ku ludda olumu olwa Yesu. Bw'osoma mu Lukka 23:39 n'okweyongerayo, ojja kusanga nti abanyazi ababiri abaakomererwa ku njuyi zombi eza Yesu. Omu ku banyazi yavvoola Yesu, wabula ow'okubiri n'anenya omunyazi eyasooka eyali avvoola Yesu, era ye n'eyeenenya, era n'akkiriza Yesu ng'omulokozi we. Awo, Yesu n'agamba omunyazi ow'okubiri ey'enenya nti yali alokoleddwa. Y'agamba omunyazi oyo nti, "Mazima nkugamba nti, leero onooba Nange mu Lusuku lwa Katonda." Omunyazi ono yakkiriza bukkiriza Yesu ng'omulokozi we. Teyeegyako bibi bye wadde okutambulira mu kigambo kya Katonda. Olw'okuba yakkiriza Mukama nga tannafa, teyafuna budde bwa kuyiga ku bifa ku kigambo kya Katonda n'okukitambuliramu.

Olina okukizuula nti Olusuku lwa Katonda lw'abo abakkiriza Yesu Kristo, naye nga tebalina kye bakoze mu bwakabaka bwa

Eggulu I

Katonda, ng'omunyazi ono eyawandiikibwako mu Luka 23. Kyokka, bw'oba ogamba, 'Nti nze nja kukkiriza Mukama nga si n'afa nsobole okulokolebwa ng'enda mu Lusuku lwa Katonda eyo awali essanyu era awalungi ennyo, era awatasobola kugerageranyizibwa na nsi eno,' kiba kikyamu. Katonda yakkiriza omunyazi eyali ku ludda lwe olumu okulokolebwa kubanga Yamanya nti omunyazi ono yalina omutima omulungi okwagala Katonda olubeerera n'ataleekayo wakati awo singa yali wakubeerawo nga si wa kufa k'olwo.

Ate, si buli omu nti asobola okukkiriza Mukama nga tannafa, era okukkiriza tekusobola kuweebwa mangu awo. N'olwekyo, olina okutegeera nti embeera eno omunyazi omu eyali ku ludda olumu olwa Yesu mwe yalokokera nga tannafa tetera kubaawo.

Era, abantu abafuna obulokozi obw'obuswavu baba bakyalina obubi mu mitima gyabwe wadde nga baba balokose, kubanga babadde ku nsi nga bwe baagala.

Bajja kuba basanyufu nnyo eri Katonda olubeerera olw'okuba nti bali mu Lusuku lwa Katonda era nga beeyagalira mu bulamu obutaggwaawo mu ggulu olw'okuba bakkiriza bukkiriza Yesu Kristo ng'omulokozi waabwe Kyokka, wadde nga tebalina kye baakola na kukkiriza kwabwe ku nsi kuno.

Waliwo enjawulo nnene nnyo wakati w'Olusuku lwa Katonda ne Yerusaalemi Empya eyo Namulondo ya Katonda gyesangibwa, naye okuba nti tebaagenda mu ggeyeena naye ne balokolebwa kibamala okusanyuka n'okuba mu ssanyu eringi.

Obutakula mu Kukkiriza okw'Omwoyo

Eky'okubiri, wadde abantu bakkiriza Yesu Kristo era n'ebaba

n'okukkiriza, bafuna obulokozi obw'obuswavu era ne bagenda mu Lusuku lwa Katonda singa tebakuza kukkiriza kwabwe. Si abo bokka abaakalokoka wabula n'abamaze ebbanga nga balokose bajja kugenda mu Lusuku lwa Katonda singa okukkiriza kwabwe kusigala ku mutendera ogusooka ogw'okukkiriza ekiseera kyonna.

OLumu, Katonda y'ang'anya okuwulira okwatula okw'omukkiriza omu eyali yalokoka okumala ebbanga ddene, era nga kati abeera mu Kifo Awalindirwa eky'omu ggulu eekisangibwa ku njegoyego z'olusuku lwa Katonda.

Yazaalibwa mu maka agaali tegamanyiddeeko ddala Katonda era nga basinza ebifaananyi, wabula n'atandika okutambulira mu bulamu Obw'ekikristaayo mu dda mu bulamu bwe. Wabula, olw'okuba yali talina kukkiriza kutuufu, era yasigala ali mu matwale g'ekibi era eriiso lye erimu n'eriziba. Yazuula okukkiriza okutuufu bwe kuba ng'amaze okusoma akatabo akalimu obujjulizi bwange akayitibwa Okuloza ku bulamu Obutaggwaawo nga Si N'afa, n'atandika okujja mu kanisa yange era oluvanyuma n'egenda mu ggulu ng'abadde asabira ku kanisa.

N'awulira okwatula kwe okwali kujjudde essanyu olw'okulokolebwa olw'okuba yali agenze mu lusuku lwa Katonda ng'amaze okubonabona nnyo n'ennaku, obulumi, n'endwadde bwe yali ng'akyali ku nsi.

"Mpulira nga nteereddwa era nga ndi musanyufu okujja waggulu wano oluvanyuma lw'okwegyako eby'omubiri byonna. Simanyi lwaki n'awaliranga okwegyako eby'omubiri. Byonna byali bya butaliimu. Okwesiba ku bintu eby'omubiri kintu kya butaliimu era kya kumala budde kubanga okujja wano maze kwegyako bya mubiri.

Obulamu bwange ku nsi, mwaliimu ebiseera eby'essanyu n'okwebaza, eby'okuggwaamu amaanyi ne ssuubi. Kati, bwe neetunuulira mu ddembe eriri wano n'essanyu, binzijjukiza ebiseera bye n'alemeranga ku bulamu obutalina mugaso era n'eneekuumira mu bulamu obwo obutalina mugaso. Naye kati emmeeme yange terina kyejulakyonna nga ndi mu kifo kino eky'eddembe, era n'ekyokuba nti nsobola okuba mu kifo eky'obulokozi kyokka kimpa essanyu lingi ddala.

Mpulira bulungi nnyo wano mu kifo kino. Nina eddembe lingi nnyo kubanga n'egyako eby'omubiri, era ekyo nkyenyumirizaamu okuba nti nzize mu kifo eky'eddembe bwe kiti ng'amaze okuyita mu bulamu obunyunyunta mu nsi. Nali simanyi nti ddala kintu kirungi bwe kiti okwegyako eby'omubiri, naye kati ndi mu ddembe era musanyufu okuba nti n'asuula eri eby'omubiri n'enzijja mu kifo kino.

Okuba nga tosobola kulaba, n'okuba nga tosobola kutambula, n'okuba nga tosobola kukola bintu bingi kwali kusoomozebwa kw'amaanyi ebiseera ebyo, naye ndi musanyufu era ndi mu kwebaza oluvanyuma lw'okufuna obulamu obutaggwaawo era n'okujja wano era nga mpulira nti nsobodde okuba mu kifo kino ekirungi bwe kiti olw'ebintu ebyo byonna.

Wendi si bwe Bwakabaka Obusooka, Obwakabaka Obw'okubiri, Obwakabaka Obw'okusatu, oba Yerusaalemi Empya. Ndi mu lusuku lwa Katonda naye nga ndi mu kwebaza era musanyufu nnyo okubeera mu Lusuku lwa Katonda.

Emmeeme yange mativu na kino.
Emmeeme yange etendereza olwa kino.
Emmeeme yange nsanyufu olwa kino.
Emmeeme yange yeebaza olwa kino.

Ndi musanyufu nnyo era nga ndi mukwebaza kubanga obulamu obw'okubonabona ne nnaku n'abumala era nti n'ajja okweyagalira mu bulamu buno."

Okudda Emabega mu Kukkiriza Olw'ebigezo

Ekisembayo, waliwo abantu ababadde abeesigwa, naye mpolampola n'ebafuuka ab'ekibogwe mu kukkiriza kwabwe olw'ensonga ezitali zimu, era n'abafuna obulokozi obw'obuswavu.

Omusajja omu eyali omukadde w'ekanisa mu kanisa yange ng'aweereza n'obwesigwa mu mirimu mingi egy'ekanisa. Era ng'okukkiriza kwe kulinga okw'amaanyi kungulu, naye lumu yalwala nnyo. Yali takyasobola na kwogera era n'ajja musabire. Nze mu kifo ky'okumusabira awone, nnasabira bulokozi bwe. Mu kiseera kino, emmeeme ye yali eri mu kubonaabona olw'okutya okwava mu kusikang'ana wakati wa bamalayika abaali bagezaako okumutwala mu ggulu n'emyoyo emibi egyali gifuba okumutwala mu ggeyeena. Singa yalina okukkiriza okumala okulokolebwa, emyoyo emibi tegyanditaganye na kujja kumutwala. Era bwe n'asaba okugobawo emyoyo emibi, era n'ensaba Katonda akkirize omusajja ono. Nga n'akamala okumusabira, n'akakkana era n'akulukusa amaziga. Yeenenya nga tannafa era bwatyo n'afuna obulokozi obw'obuswavu.

Mu ngeri y'emu, ne bw'oba nga wali ofunye ku Mwoyo Omutukuvu era nga wali olondeddwa mu kifo ng'eky'obukadde bwe kanisa oba omudinkoni, kijja kuba kya buswavu mu maaso ga Katonda okutambulira mu kibi. Bw'otava ku bulamu obw'omwoyo obw'ekika kino, Omwoyo Omutukuvu ali mu ggwe ajja kugwerera mpola mpola, era tojja kulokolebwa.

Mmanyi ebikolwa byo, nga tonnyogoga so tobuguma, waakiri obe ng'onnyogoga oba obuguma. Bwe kityo kubanga olina ekibuguumirize, so tonnyogoga so tobuguma, ndikusesema mu kamwa (Okubikkulirwa 3:15-16).

N'olwekyo, olina okukitegeera nti okugenda mu Lusuku lwa Katonda bulokozi bwa kiswavu era obeere ng'ofuba n'amaanyi obutakoowa okukuza okukkiriza kwo.

Omusajja ono yali awonyeeko nga maze okumusabira edda ne mukyala we yakomayo ku mugo gwe ntaana n'adda engulu okuyita mu kusaba kwange. Ng'owulira ekigambo ky'obulamu, amaka ge agaali mu bizibu ebingi gafuuka amaka amasanyufu. Okuva olwo, n'afuuka omukozi wa Katonda omwesigwa okuyita mu kufuba kwe n'obuvunaanyizibwa bwe nga mwesigwa.

Wabula, ekanisa bwe yafuna ebizibu, teyagezaako kugiwolereza wadde okukuuma ekanisa wabula n'akkiriza ebirowoozo bye okufugibwa Sitaani. Ebigambo ebyava mu kamwa ke by'azimba ekisenge ekinene eky'ebibi wakati we ne Katonda. Era ekyavaamu, nga takyasobola kuba wansi w'obukuumi bwa Katonda, era n'alumbibwa ekirwadde eky'amaanyi.

Ng'omukozi wa Katonda, teyandirabye wadde okuwuliriza ekintu kyonna ekyali kikontana n'amazima wamu n'okwagala kwa Katonda, wabula ye, yayagala okuwuliriza ebintu ebyo ate nabisasaanya. Katonda bwatyo yalina okumukyusiza obwenyi Bwe kubanga teyatwala ekisa Kya Katonda eky'amaanyi ekya muwonya endwadde ng'ekikulu.

N'olwekyo, empeera ze n'ezimenyekamenyeka era nga tasobola kufuna maanyi kusaba. Okukkiriza kwe ne kudda emabega era n'atuuka ku ssa nga takyasobola wadde okwekakasa oba ayinza okulokolebwa. Wabula eky'omukisa, Katonda yajjukira obuweereza bwe eri ekanisa edda. Bwatyo omusajja ono n'asobola okufuna obulokozi obw'obuswavu olw'okuba Katonda yamuwa ekisa eky'okwenenya bye yali akoze.

Okuba Mu kwebaza olw'Okulokolebwa

Olwo ayinza kwogera ki oba okwatula engeri gyalokoleddwa n'asindikibwa mu Lusuku lwa Katonda? Olw'okuba yalokolebwa ng'ali mu masang'anzira g'eggulu ne geyeena, Nnawulira ng'ayogeza eddembe ery'annama ddala.

"Ndokoleddwa bwe nti. Wadde ndi mu Lusuku lwa Katonda, ndi mu mativu kubanga n'ateebwa okuva mu kutya n'ebizibu. Omwoyo gwange, ogwandigenze wansi mu kizikiza, guzze mu kitangaala kino eky'eddembe."

Essanyu lye nga lirabika ly'amaanyi oluvanyuma lw'okuteebwa okuva mu kutya kwa geyeena! Kyokka, olw'okuba yalokolebwa mu bulokozi obw'ekiswavu kyokka nga yali mukadde wa kanisa, Katonda y'ang'anya okuwulira okusaba kwe okw'okwenenya bwe yali ng'ali mu Ntaana eya Waggulu nga tannagenda mu Kifo Awalindirwa mu Lusuku lwa Katonda. Yeenenya n'ebibi bye eyo, era na neebaza okumusabira. Era ne yeeyama eri Katonda okwongera okusabira ekanisa gye yali awerezza nange okutuusa lwe banaddamu okulabagana mu ggulu.

Okuva omuntu lwe yatandika okuteekebwateekebwa ku nsi kuno, wabadde wo abantu bangi abalina ebisaanyizo by'okugenda mu Lusuku lwa Katonda okusinga abo bonna abagenze mu bifo ebirala mu ggulu nga bagatiddwa wamu.

Abo abayita ku lugwanyu okulokolebwa era ne bagenda mu Lusuku lwa Katonda babeera mu kwebaza n'okusanyuka olw'okuba basobola okweyagalira mu ddembe n'emikisa gy'omu Lusuku lwa Katonda nti era tebaagwa mu geyeena wadde nga baali tebatambulidde mu bulamu obw'ekikristaayo ku nsi kuno.

Wabula, essanyu mu Lusuku lwa Katonda teriyinza kugeraageranyizibwa na lya mu Yerusaalemi Empya, era nga lyanjawulo nnyo n'eryo ery'oku mutendera oguddako, obwakaba bwe ggulu Obusooka. N'olwekyo, Olina okukitegeera nti ekisinga obukulu eri Katonda si gy'emyaka gy'omaze ng'okkiriza, naye endowooza y'omutima gwo eri Katonda era n'okutambula nga Katonda bwayagala.

Leero, abantu bangi beenyigira era ne batambulira mu kibi kyokka nga bwe bagamba nti baafuna Omwoyo Omutukuvu.

Abantu bano balokolebwa ku lugwanyu, obulokozi obw'akiswavu era ne bagenda mu Lusuku lwa Katonda, oba ne bagenda ne mu kufa kubanga Omwoyo Omutukuvu mu bo Yaggwerera.

Oba abakkiriza abamu abaasigaza amanya nti balokole beeraba nga bawaggulu nnyo okuwulira ekigambo kya Katonda, era n'ebabeera nga bakolokota abakkiriza abalala n'okubavumirira wadde nga bamaze ebbanga ng'abatambulira mu bulamu obwekristaayo okumala ebbanga ddene. Wadde bateekamu amaanyi mangi n'okuba abeesigwa mu buweereza bwa Katonda, kiba tekigasa bwe batamanya bubi obuli mu mitima gyabwe era ne babwegyako.

N'olwekyo, Nsaba mu linnya lya Mukama, nti gwe ng'omwana wa Katonda eyafuna Omwoyo Omutukuvu, wegyeko ebibi byo n'ebika bye bibi byonna era ogezeeko okutambulira mu kigambo kya Katonda kyokka.

Essuula 7

Obwakabaka obusooka obw'eggulu

1. Obulungi bwakyo n'Essanyu Bissukuluma eby'Olusuku lwa Katonda
2. Bantu ba Kika ki Abagenda mu Bwakabaka Obusooka?

*Era buli muntu awakana
yeegendereze mu byonna.
Kale bo bakola bwe batyo balyoke
baweebwe engule eryonooneka,
naye ffe etayonooneka.*

- 1 Bakkolinso 9:25 -

Olusuku lwa Katonda kye kifo abo abakkirizza Yesu Kristo naye nga tebaakola kintu kyonna na kukkiriza kwabwe gye babeera. Kirungi nnyo era kijjudde essanyu okusinga ku nsi kuno. Bwe kiba bwe kityo, Olwo obulungi ne ssanyu by'Obwakabaka Obusooka mu ggulu linaaba lyenkana wa, eyo abantu abagezaako okutambulira mu kigambo kya Katonda gye banaabeera?

Obwakabaka Obusooka buli kumpi ko ne Namulondo ya Katonda okusinga Olusuku lwa Katonda, naye nga waliyo ebifo ebirala ebisingako obulungi mu ggulu. Kyokka ng'abo abayingira Obwakaba Obusooka babeera bamativu n'ekyo kye baweereddwa, era ne bawulira essanyu eritagambika. Kiba nga ak'enyanja akali mu kigiraasi ekijjudde amazzi nga kamativu ne kigiraasi kino, nga tekalina kirala kye kagala.

Ojja kutunuulira mu bujjuvu omanye Obwakabaka Obwokubiri mu ggulu kifo kya kika ki, nga kino kisingako Olusuku lwa Katonda eddaala, era omanye bantu ba kika ki ababeerayo.

1. Obulungi bwakyo n'Essanyu Bissukuluma eby'Olusuku lwa Katonda

Olw'okuba Olusuku lwa Katonda kye kifo abo abatalina kye bakoze na kukkiriza kwabwe gye babeera, tejja kuba bintu bya bwannanyini bibaweebwa ng'empeera. Okuva ku Bwakabaka Obusooka n'okudda waggulu, we wajja okuba ebintu eby'obwannanyini ng'enyumba ne ngule gye bijja okuweebwa ng'empeera.

Mu Bwakabaka Obusooka, omuntu abeera mu nnyumba ye era n'afuna n'engule ejja okubeerawo olubeerera. Kiba kitiibwa ky'amaanyi omuntu okuba n'ennyumba eyiye mu ggulu, n'olwekyo buli omu mu Bwakabaka Obusooka aba awulira essanyu eritasobola kugeraageranyizibwa n'eryo ery'omu Lusuku lwa Katonda.

Ennyumba ez'Obwannanyini Eziwundiddwa Obulungi

Ebifo by'obwannanyini ebisuulwamu mu Bwakabaka Obusooka si buli nnyumba nti eba yokka naye ziba nga bw'olaba kalina okuli ennyumba eziwerako ku nsi kuno. Wabula tezizimbibwa na bulooka oba omusenyu, wabula n'ebizimba eby'omu ggulu nga zaabu n'eby'okwewunda.

Ennyumba zino teziriiko madaala, wabula kuliko lifuti ennungi ennyo. Ku nsi kuno, olina okubaako eppeesa ly'onyiga, naye ez'omu ggulu z'evuga zokka okutuuka ku mwaliriro kw'oyagala okugenda.

Mw'abo abaali babaddeko mu ggulu, waliwo abo abawa obujjulizi nti baalaba zi kalina mu ggulu, era kiri bwe kityo lwakuba baalaba Obwakabaka Obw'osooka ekimu ku bifo ebingi mu ggulu. Zi kalina zino okuli amayumba amangi zibaamu ebyo byonna eby'etaagisa okubeeramu, n'olwekyo teri kukaluubirirwa kwonna.

Waliyo ebivuga by'ennyimba eri abo abanyumirwa ennyimba babe nga basobola okubizanya n'ebitabo eri abo abanyumirwa okusoma. Buli muntu alina ekifo ekikye mwayinza okuwummulira, era nga kirabika bulungi nnyo.

Mu ngeri eno, mu Bwakabaka Obusooko ebyo eby'etoolola omuntu bikolebwa okusinziira ku mukulu oyo kyayagala. N'olwekyo kiba kifo kirungi nnyo era nga kisanyusa nnyo okusinga Olusuku lwa Katonda, era nga kijudde essanyu ne ddembe ky'otasobola kusanga wano ku nsi.

Ennimiro Ez'olukale, Ennyanja, Ebidiba Omuwugirwa N'ebiringa Ebyo

Olw'okuba ennyumba mu Bwakabaka Obusooka teziri emu emu, waliyo ennimiro ez'olukale, ennyanja, ebidiba omuwugirwa, n'ebisaawe omuzanyirwa goofu. Kibanga abantu ku nsi kuno ababeera mu kalina okuli amayumba amangi, bwe bagatta ennimiro, awazanyirwa omuzannyo gwa ttenna, oba ebidiba omuwugirwa.

Ebintu bino eby'olukale tebyonooneka oba okumenyeka, ba malayika babeera babirabirira bulungi nnyo okuba mu mbeera esingayo obulungi. Bamalayika bayambako abantu mu kukozesa ebintu n'ebifo bino, n'olwekyo tewaba kukalubirirwa wadde bintu bya lukale.

Teri bamalayika baweereza mu Lusuku lwa Katonda, naye abantu mu Bwakabaka Obusooka basobola okuyambibwako ba malayika. N'olwekyo babeera bawulira ekika ky'essanyu kirala nnyo ekitali mu Lusuku lwa Katonda. Wadde eno teri malayika nti wa muntu gundi ow'enkalakalira, waliyo bamalayika abalabirira ebifo eby'enjawulo.

Eky'okulabirako, bw'oba oyagala okulya ku bibala nga bwe munyumyaamu ne mikwano gyo nga bwe mutudde awo ku butebe obwa zaabu obuli okumpi n'omugga ogw'amazzi ag'Obulamu, ba malayika bajja kuleeta mu bwangu nnyo ebibala ebyo era babaweereze ne gonjebwa. Olw'okuba baba bamalayika abayamba abaana ba Katonda, essanyu n'okusanyuka eriwulirwa byanjawulo nnyo kw'ebyo eby'omu Lusuku lwa Katonda.

Obwakabaka Obusooka Bwa waggulu Okusinga ku Lusuku lwa Katonda

Ne langi saako obuwoowo obuva mu bimuli, n'obuccamu saako obulungi bwe by'oya by'ensolo bya njawulo okuva kw'ebyo eby'omu Lusuku lwa Katonda. Kino kiri bwe kityo lwakuba Katonda buli kimu akitaddewo okusinziira ku mutendera gw'okukkiriza ogw'abantu mu buli kifo mu ggulu.

N'abantu ku nsi kuno balina kwe bapimira obulungi. Okugeza, abakugu mu by'ebimuli, basobola okulaba obulungi bw'ekimuli ekimu nga basinziira ku bintu eby'enjawulo. Mu ggulu, obuwoowo bw'ebimuli mu buli kifo eky'okubeeramu mu ggulu bwa njawulo. Ekifo ne bwe kiba nga kye kimu, buli kimuli kirina akawoowo kaakyo kyokka.

Katonda ebimuli abigaba mu ngeri eno nti abantu abali mu Bwakabaka Obusooka bajja kuwulira bulugi nnyo bwe banaawunyiriza obuwoowo bw'ebimuli. Byo, ebibala birina empooma ya njawulo okusinziira ku bifo eby'enjawulo mu ggulu. Katonda buli mutendera ogw'enjawulo aguwadde ebibala bya njawulo mu langi, n'akawoowo.

Oyinza kutegeka otya n'okuweereza bw'oba ofunye omugenyi ow'ekitiibwa? Ojja kugezaako okuwa buli mugenyi ekimusaanira mu ngeri eneemusanyusa ennyo.

Mu ngeri y'emu, Katonda buli kimu yamala ku kirowoozaako

nnyo abaana Be basobole okuba nga bamativu mu mbeera zonna.

2. Bantu ba Kika ki Abagenda mu Bwakabaka Obusooka?

Olusuku lwa Katonda kye kifo mu ggulu eky'abo abali ku mutendera ogusooka ogw'okukkiriza, nga baalokolebwa olw'okukkiriza Yesu Kristo, naye nga tebalina kye bakoledde bwakabaka bwa Katonda. Olwo, bantu ba kika ki abagenda mu Bwakabaka Obusooka obw'eggulu obwo obusinga ku Lusuku lwa Katonda era ne beeyagalira eyo mu bulamu obutaggwaawo?

Abantu abagezaako okutambulira mu Kigambo kya Katonda

Obwakabaka Obusooka mu ggulu kye kifo eky'abo abakirizza Yesu Kristo era ne bagezaako okutambulira mu kigambo kya Katonda. Abo abaakakkiriza Mukama bajja mu kanisa ku Sande era ne bawuliriza ekigambo kya Katonda, naye nga tebamanyidde ddala ekibi kifaanana kitya, lwaki balina okusaba, era lwaki balina okwegyako ebibi byabwe. Mu ngeri y'emu, abo abali ku mutendera ogusooka ogw'okukkiriza bafunye essanyu ery'okwagala okusooka nga bazaalibwa amazzi n'Omwoyo Omutuku, naye nga tebamanyi ekibi kye kiruwa era nga tebannazuula bibi byabwe.

Kyokka, bw'otuuka ku mutendera ogw'okubiri ogw'okukkiriza, otegeera ebibi n'obutuukirivu ng'oyambibwako Omwoyo Omutukuvu. N'olwekyo ogezaako okutambulira mu kigambo kya Katonda, naye tosobola ku kikolerawo. Kiba nga omwana akyayiga okutambula: ajja kugezaako okutambula nga bwagwa wansi.

Obwakabaka Obusooka kye kifo ky'abantu ab'ekika kino, abo abagezaako okutambulira mu kigambo kya Katonda, era engule ezitayonooneka zijja kubaweebwa. Ng'abaddusi b'emisinde bwe balina okuddukira mu mateeka g'omuzannyo (2 Timoseewo 2:5-6), abaana ba Katonda balina okulwana okulwana okulungi okw'okukkiriza okusinziira ku mazima. Bw'otafa ku mateeka g'ensi ey'omwoyo, nga ge mateeka ga Katonda, ng'omuddusi ataddukira mu mateeka, obeera n'okukkiriza okufu. Awo totwalibwa ng'omu kubeenyigidde mu lw'okaano era tojja kuweebwa ngule yonna.

Era, oyo yenna ali mu Bwakabaka obusooka, aweebwa engule kubanga aba agezezzaako okutambulira mu kigambo kya Katonda wadde ebikolwa bye byali tebituukiridde. Wabula, era buba bukyali obulokozi obw'obuswavu. Lwakuba tebatambulidde mu kigambo kya Katonda mu bujjuvu okukkiriza kwe balina bwe kuba kubatwala mu Bwakabaka Obusooka.

Obulokozi Obw'ekiswavu Emirimu Bwe Giba Gy'okyeddwa

Olwo, "Obulokozi Obw'obuswavu" kitegeereza ki ddala? Mu 1 Bakkolinso 3:12-15, olaba ng'emirimu omuntu gyaze akola gisobola okusigalawo oba okw'okyebwa n'egiggwerawo ddala.

Naye omuntu yenna bw'azimba ku musingi ogwo

zaabu, ffeeza, amayinja ag'omuwendo omungi, emiti, essubi, ebisasiro; omulimu ogwa buli muntu gulirabisibwa; kubanga olunaku luli luligwolesa, kubanga gulibikkulirwa mu muliro, n'omuliro gwennyini gulikema omulimu ogwa buli muntu bwe gufaanana omulimu ogwa buli muntu gwe yazimbako bwe gulibeerawo, aliweebwa empeera. Omulimu ogwa buli muntu bwe gulyokebwa, alifiirwa, naye ye yennyini alirokoka naye kuyita mu muliro.

Wano "Omusingi" kitegeeza Yesu Kristo era ne kitegeeza nti ky'ozimba kyonna ku musingi guno, omulimu gwo gujja kwanikibwa okuyita mukugezesebwa okulinga omuliro.

Ku ludda olumu, emirimu gy'abo abalina okukkiriza ng'okwa zaabu, feeza, n'amayinja ag'omuwendo gujja kusigalawo n'ebwegunaaba guyisiddwa ku kugezesebwa okw'amaanyi kubanga abo abakulina batambulira mu kigambo kya Katonda. Ku ludda olulala, emirimu gy'abo abalina okukkiriza ng'okwemiti, essubi, oba ebisasiro gijja kwokyebwa bwe banaasisinkana n'ebizibu ebiringa omuliro kubanga tebasobola kutambulira mu kigambo kya Katonda.

N'olwekyo, okuzza bino mu bigero by'okukkiriza, zaabu gwe mutendera ogw'okutaano ogusingirayo ddala okuba waggulu, Feeza gwe gw'okuna, amayinja ag'omuwendo omungi gwe gw'okusatu, emiti gwe gw'okubiri, essubi gwe mutendera ogusooka ogw'okukkiriza era (ogusembayo okuba wansi). Emiti ne'essubi birina obulamu, era okukkiriza nga okw'emiti kitegeeza nti omuntu alina okukkiriza okulamu naye kunafu. Wabula kasasiro, ye aba mukalu era nga talina na bulamu, era nga guba

gw'ogera kw'abo abatalina kukkiriza wadde.
N'olwekyo, abo abatalina kukkiriza wadde tebalina webakwataganira na bulokozi. Emiti n'essubi, emirimu gyabwe egijja okumalibwawo okugezesebwa okulinga okw'omuliro, bebagwa mu kiti ky'obulokozi obw'obuswavu. Katonda ajja kussaamu ekitiibwa okukkiriza okwa zaabu, okwa feeza n'amayinja ag'omuwendo, naye si okw'emiti n'essubi era okwo tajja kusanyukira.

Okukkiriza okutalina Bikolwa kuba kufu

Abamu bayinza okugamba, "Mbadde mu Kristaayo okumala ebbanga ddene, n'olwekyo nteekwa okuba nga n'ayisa omutendera ogusooka ogw'okukkiriza, era waakiri nsobola okugenda mu Bwakabaka obusooka" Wabula, bw'oba nga ddala olina okukkiriza, ojja kuba ng'otambulira mu kigambo kya Katonda, mu ngeri y'emu bw'omenya etteeka era n'otegyako bibi byo, Obwakabaka obusooka oba olyawo n'Olusuku lwa Katonda biba bikya kuli wala.

Baibuli ekusaba mu Yakobo 2:14, *"Kigasa kitya, baganda bange, omuntu bw'ayogera ng'alina okukkiriza, naye n'ataba na bikolwa? Okukkiriza okwo kuyinza okumulokola?"* Bw'oba tolina bikolwa, tojja kulokolebwa. Okukkiriza okutalina bikolwa kuba kufu. N'olwekyo abo abatalwanyisa kibi tebasobola kulokolebwa kubanga balinga omusajja eyatereka sente za Mukama we mu kiwero mbu olw'okumutya nga mukambwe (Lukka 19:20-26).

Wano "sente" ziyimiriddewo okulaga Omwoyo Omutukuvu. Katonda agabira abantu Omwoyo Omutukuvu abo abaggulawo omutima gwabwe era ne bakkiza Yesu Kristo ng'omulokozi waabwe. Omwoyo Omutukuvu gukusobozesa okutegeera ekibi, obutuukirivu, n'omusango, era n'egukuyamba okulokolebwa n'okugenda mu ggulu.

Ku ludda olumu, Bw'oyatula okukkiriza kwo mu Katonda naye n'otakomola mutima gwo okugoberera okuyaayana kw'Omwoyo Omutukuvu n'okutambulira mu mazima, olwo Omwoyo Omutukuvu tegwetaaga kusigala mu mutima gwo. Ate ku ludda olulala, Bwe wegyako ebibi byonna era n'otambulira mu kigambo kya Katonda ng'oyambibwako Omwoyo Omutukuvu, osobola okufaanana omutima gwa Yesu Kristo, oyo nga ye Mazima genyini.

N'olwekyo, abaana ba Katonda abo abafunye Omwoyo Omutukuvu ng'ekirabo balina okutukuza emitima gyabwe olwo bafuna ebibala eby'Omwoyo Omutukuvu okusobola okutuuka ku bulokozi obutuukiridde.

Kungulu Bakkiriza Naye mu Mwoyo Tebakomoleddwa

Katonda lumu yandaga memba w'ekanisa yange eyali y'afa wabula n'agenda mu Bwakabaka Obusooka, era n'andaga omugaso gw'okukkiriza okugobererwa ebikolwa. Yali aweereza mu kitongole ky'ekanisa eky'ebyensimbi okumala emyaka kumi na munaana nga talyangamu lukwe mutima gwe. Yali mwesigwa mu mirimu emirala egya Katonda era n'aweebwa ekitiibwa ky'obukadde mu kanisa. Yagezaako okubala ebibala mu bizinensi eziwerako wamu n'okuddiza Katonda ekitiibwa, era ng'abeera yeebuza muli, 'Nnyinza ntya okwongera okutuukiriza obuvunaanyizibwa bw'ekanisa n'amaanyi?'

Wabula, nga tabituukiriza bulungi nnyo kubanga yaswazanga

erinnya lya Katonda nga tagoberera kkubo ggolokofu ol'webirowoozo bye eby'ensi n'omutima gwe ogwanoonyanga ebirungi byokka. Era, ng'olumu abaako byayogera ebitali bituufu, anyiigira abantu, era n'amenya ebigambo bya Katonda mu ngeri nnyingi.

Kwe kugamba, nti olw'okuba obulokole bwe bwali bwa kungulu naye nga takomodde mutima gwe – kyokka nga kye kintu ekisinga obukulu – yasigala ku mutendera ogw'okubiri ogw'okukkiriza. Era, singa ebizibu bye eby'ensimbi n'embeera ze okutwalira awamu byali bisigadde nga bibi, teyandisigadde mu kukkiriza wabula yandyekkiriranyizza n'obutali butuukirivu.

Era ku nkomerero, olw'okuba emisinde kwe yali addira emabega mu kukkiriza kwe gyali mingi era nga tegyandimuganyiza na kugenda mu Lusuku lwa Katonda, Katonda n'amuyita ng'embeera tennayonooneka nnyo.

Okuyita mu kuwuliziganya okw'omwoyo oluvanyuma lw'kufa kwe, yalaga okusiima kwe era neyeenenya ebintu bingi. Yeenenya olw'okuwuliza obubi abaweereza olw'obu tagoberera mazima, yaleetera n'abalala okubula, n'abalala n'abanyiiza, saako obutatambulira mu kigambo kya Katonda wadde nga yali akiwulidde. Era n'agamba nti bulijjo yawuliranga bubi kubanga teyeenenyanga nsobi ze zonna bwe yali akyali ku nsi, naye kati yali musanyufu kubanga yali asobola okwatula ensobi ze.

Era, n'agamba nti yali mukwebaza buli ssaawa kubanga teyasibira mu Lusuku lwa Katonda ng'omukadde w'ekanisa. Wadde era kyali kya buswavu ye ng'omukadde w'ekanisa okusibira mu Bwakabaka obusooka, naye yaliwulira bulungi ddala okuba ng'ali mu Bwakaba obusooka kubanga businga ku Lusuku lwa Katonda ekitiibwa.

N'olwekyo, olina okukitegeera nti ekintu ekisinga obukulu kwe kukomola omutima gwo okusinga okukkiriza okw'okungulu saako ebitiibwa ebigabibwa.

Katonda Ayimusa Abaana Be eri Eggulu Erisingako Okuyita mu Bigezo

Nga bwe wateekwa okubaawo okutendekebwa okuzibu n'essaawa eziwerako ez'okwegezaamu, omuddusi w'emisinde okusobola okuwangula, naawe olina okusisinkana ebigezo okusobola okugenda mu bifo eby'okubeeramu ebirungi mu ggulu. Katonda aganya ebigezo okujja eri abaana Be asobola okubatwala mu bifo ebisingako obulungi mu ggulu, era ebigezo bisobola okwawulwamu engeri ssatu.

Engeri esooka, waliwo ebigezo eby'okwegyako ebibi. Gwe okusobola okufuuka omwana wa Katonda omutuufu, olina okulwanyisa ebibi byo okutuuka ku ssa ly'okuyiwa omusaayi gwe okusobola okwegirako ddala ekibi. Katonda olumu abonereza abaana Be kubanga tebegyako bibi byabwe wabula ne bongera okubitambuliramu (Abaebbulaniya12:6). Nga n'abazadde bwe bakangavvula abaana okusobola okubazza mu kkubo etuufu, Katonda olumu aganya ebigezo eri abaana Be okubasobozesa okuba abatuukiridde.

Engeri ey'okubiri, waliwo ebigezo ebikufuula omukutu omulungi n'olyoka oweebwa emikisa. Daudi, ne bwe yali omulenzi omuto, yatta empologoma okusobola okutaasa endiga ye eyali etwalibwa empologoma. Yalina okukkiriza okunene nti yatta Goliyaasi, amaggye g'aba Yisiraeri gonna gwe gaali gatidde, ng'akozesa envumuulo nga yeesigama ku Katonda yekka. Ensonga lwaki yali akyafuna ebigezo, gamba nga okuyigganyizibwa Kabaka Saulo, kyali lwakuba Katonda yakkiriza ebigezo bino okugira Daudi okusobola okumufuula omukutu omunene era Kabaka ow'amaanyi.

Ey'okusatu, Waliwo ebigezo eby'okulekezaawo omuntu okusuula ennanga oba okubazuukusa kubanga abantu bayinza okwesamba Katonda bwe baba nga bali mu miremba. Eky'okulabirako, waliwo abantu ababeera abeesigwa mu bwakabaka bwa Katonda, era bwe batyo ne bafuna emikisa gy'ensimbi. Olwo ate ne balekayo okusaba n'amaanyi gaabwe ag'okunoonya Katonda g'akka. Katonda bwabaleka nga bwe bali n'atabazuukusa bayinza okugwa mu kufa. N'olwekyo Akkiriza okugezesebwa n'eku bajjira basobole okuzuukuka nate.

Olina okweggyako ebibi byo, otambulire mu butuukirivu, era obeere omukutu omutuufu mu maaso ga Katonda ng'otegeera omutima gwa Katonda oyo aganya ebigezo by'okukkiriza. Nsuubira nti ojja kufuna emikisa mu bujjuvu Katonda gya kutegekedde.

Abamu bayinza okugamba, "Njagala okukyuka, naye si kyangu ne bwe ngezaako." Kyokka, ebyo tabyogera lwakuba ddala kizibu okukyuka, naye lwakuba, talina kuyayaana n'okwagala okukyuka munda mu mutima gwe.

Bw'oba nga ddala ozudde ekigambo kya Katonda eky'omwoyo era n'ogezaako okukyuka okuva mu mutima gwo munda, osobola okukyuka mangu ddala kubanga Katonda akuwa ekisa n'amaanyi okukikola. Ye, Omwoyo Omutukuvu, abaawo okukuyambako nga naawe bw'ofuba. Bw'oba ng'omanyi bumanya kigambo kya Katonda mu mutwe gwo ng'amagezi naye n'otabaako ky'okikolako, ebiseera ebisinga ofuuka ey'emanyi, era kijja kukubeerera kizibu okulokoka.

N'olwekyo, Nsaba mu linnya lya Mukama oleme okulekayo okweyagalira mu ssanyu n'okwagala kw'okwagala okwasooka era osigale ng'ogoberera okuyayaana kw'Omwoyo Omutukuvu olyoke ofune ekifo ekirungi eky'okubeeramu mu ggulu.

Essuula 8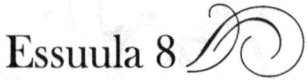

Obwakabaka obw'okubiri obw'eggulu

1. Ennyumba ez'Obwannanyini Eziweebwa Buli Kinnoomu
2. Bantu ba Kika Ki Abagenda mu Bwakabaka Obw'okubiri?

*Kale, mbuulirira,
abakadde abali mu mmwe
nze mukadde munnammwe
era omutegeeza w'ebibonoobono bya Kristo,
era agabanira awamu ekitiibwa
ekigenda okubikkulibwa,
mulundenga ekisibo
kya Katonda ekiri mu mmwe,
nga mukirabirira si lwa maanyi
naye lwa kwagala,
nga Katonda bw'ayagala so si lwa
kwegombanga amagoba mu bukuusa,
naye lwa mwoyo,
so si ng'abeefuula abaami b'ebyo
bye mwateresebwa,
naye nga mubeeranga b
yakulabirako eri ekisibo.
Era omusumba omukulu bw'alirabisibwa,
muliweebwa engule ey'ekitiibwa.*

- 1 Peetero 5:1-4 -

Ku ludda olumu, ne bw'owulira ekyenkana wa ebikwata ku ggulu, kijja kuba tekikugasa n'akamu bw'otazuula ggulu mu mutima gwo, kubanga ojja kuba tosobola kulikkiriza. Ng'ennyonyi bwe zinyakulawo ensigo eziba zisigiddwa ku kkubo, omulabe setaani ajja ku kubbako ekigambo ekikwata ku ggulu (Matayo 13:19).

Oku ludda olulala, bw'owuliriza ekigambo ekikwata ku ggulu era n'okikwata bulungi, osobola okutambulira mu bulamu obw'okukkiriza n'essuubi era n'ozaala ekimera ekirina ensigo, ezikubisaamu emirundi amakumi asatu, enkaaga, oba n'ekikumi ekyo ekyasigibwa. Olw'okuba osobola okutambulira mu kigambo kya Katonda, tosobola kukoma kukutuukiriza buvunaanyizibwa bwo bwokka wabula n'okwetukuza era n'okuba omwesigwa mu byonna mu nyumba ya Katonda. Olwo Obwakaba Obw'okubiri kifo kya kika ki era bantu ba kika ki abagendayo?

1. Ennyumba ez'Obwannanyini Eziweebwa Buli Kinnoomu

N'anyonnyodde dda nti abo abagenda mu lusuku lwa Katonda oba Obwakabaka Obusooka balokolebwa mu bulokozi bw'obuswavu kubanga emirimu gyabwe tegisobola kusigalawo bwe giba nga giteereddwa mu bigezo eby'omuliro. Wabula, abo abagenda mu Bwakabaka obw'okubiri, babeera n'ekika ky'okukkiriza ekisigalawo mu bigezo by'omuliro, era bafuna empeera ezitasobola kugeraageranyizibwa n'ezo ez'Omulusuku lwa Katonda oba Obwakabaka Obusooka, okusinziira ku butuukirivu bwa Katonda oyo asasula okusinziira omuntu ky'asize.

N'olwekyo, bw'eriba ng'essanyu ery'omuntu ali mu Bwakabaka Obusooka ligeraageranyizibwa ne ssanyu eryakenyanja akali mu kigiraasi ekijjudde amazzi, lyo essanyu ery'omuntu agenze mu Bwakabaka Obw'okubiri liba nga lya gwenyanja ogunene mu guyanja ogunene ennyo oguyitibwa Pacific.

Kati, katutunuulire ku ebyo ebiri mu Bwakabaka Obw'okubiri, ng'essira tulissa ku nnyumba n'obulamu bwayo.

Ennyumba Ez'etengeredde Zokka Ez'obwannanyini eziweebwa Buli Kinnoomu

Ennyumba ez'Obwakabaka Obusooka ziringa kalina okuli ennyumba ennyingi, naye ezo ez'Obwakabaka Obw'okubiri zo zeetengeredde bulungi nga ziri zokka era nga za bwannanyini. Ennyumba mu Bwakabaka Obw'okubiri tezisobola kugeraageranyizibwa ku nnyumba yonna ennungi oba ennyumba ey'ekika kyonna mu nsi eno. Gali makula, nnungi okukamala, era nga ziwundiddwa bulungi n'ebimuli saako emiti.

Bw'ogenda mu Bwakabaka Obw'okubiri, toweebwa nnyumba yokka wabula n'ekintu ky'osinga okwagala. Bw'oba oyagala nnyo ekidiba omuwugirwa, Ojja kukiweebwa nga kirungi nnyo kiwundiddwa bulungi ne zaabu n'ebika by'okwewunda byonna. Bw'oba oyagala ennyanja ennungi, ojja kuweebwa ennyanja. Bw'oba oyagala ekisenga aw'okuzinira bakuwa ekisenge mw'ozinira. Bw'oba ng'onyumirwa nnyo okutambula tambulako oweebwa oluguudo olulungi ennyo olwetoolodwa ebimuli ebirungi ennyo n'ebimera saako ensolo wezizanyira.

Wabula, bwoba obyagala byonna, ng'oyagala obeere n'ekidiba omuwugirwa, nga n'ennyanja ojagala, n'ekisenge awazinirwa nga n'akyo okyagala nnyo, oluguudo nga n'alwo olwagala, n'ebirala bingi, tosobola kuba n'abyo byonna. Osobola kubaako na kimu ky'osinga okwagala. Olw'okuba abantu bye babeera n'abyo byanjawulo mu Bwakabaka Obw'okubiri, beekyalira era buli omu neyeeyagalira mu kya munne kyalina ekitali wuwe.

Omuntu bw'aba n'ekisenge omuzinirwa naye nga talina kidiba muwugirwa naye ng'ayagala okuwuga, asobola okugenda ewa mulirwana we alina ekidiba omuwugirwa n'awuga. Mu ggulu, abantu baweerezeganya, era tebawulira kukaluubirirwa kwonna oba okugoba omugenyi yenna. Wabula, ate basanyuka busanyusi okubalabako. Kale bw'oba oyagala okubaako kye weeyagaliramu, osobola okukyalira mulirwanawo akirina n'okyeyagaliramu.

Kale bwe kityo, Obwakabaka Obw'okubiri businga ddala Obwakabaka Obusooka mu ngeri zonna. Wabula, tebusobola kugeraageranyizibwa na Yerusaalemi Empya wadde. Bbo tebalina ba malayika abaweereza buli mwana wa Katonda eyo. Ate n'obunene saako obulungi n'okumasamasa kwe nyumba zaayi kwa njawulo ddala, era langi n'ebiwunda ennyumba zaayo n'abyo byanjawulo ddala.

Akapande akali ku luggi kavaamu langi n'ekitangaala eky'aka obulungi ennyo

Ennyumba mu Bwakabaka Obw'okubiri ebeera yokka ng'eriko akapande ku mulyango. Akapande kano kabaako nnyini nnyumba, era mu biseera ebimu eby'enjawulo kalaga erinnya ly'ekanisa nnyini nnyumba gye yali aweereza. Kyewandiika ku kapande akali ku luggi akavaamu ekitangaala ekirungi ennyo nga ky'aka bulungi nnyo nga kiraga erinnya lya nnyini nnyumba mu nnukuta ez'eggulu nga ziringa ez'oluwalabu oba olubebulaniya. N'olwekyo abantu b'omu Bwakabaka Obw'okubiri bajja kugamba nga bwe beegomba nti, "Banange! Eno nyumba ya gundi eyaweerezanga mu kanisa Gundi!"

Lwaki erinnya ly'ekanisa lineewandiika ku kapande akali ku luggi? Katonda akola ekyo erinnya lisobole okuba eky'okwenyumiriza n'ekitiibwa eri ba memba abaweereza ekanisa enaaba ezimbye Yeekalu ennenne era ennungi ennyo okwaniriza Mukama ng'akomyewo mu bbanga

Kyokka, ennyumba mu Bwakabaka Obw'okusatu ne Yerusaalemi Empya zo tezirina bupande buno. Teri bantu bangi mu bwakabaka buno bwombi, era okuyita mu ttaala ez'efaanana zokka n'obuwoowo ebiva mu nnyumba ezo, osobola okumanya nnyini zo.

Okuwulira obubi olw'obuteetukuliza ddala

Abamu bayinza okw'ebuuza nti, "Tewaabeeyo okukaluubirirwa mu ggulu engeri mu Lusuku lwa Katonda gye tali nnyumba za bwannanyini, ate ne mu Bwakabaka Obw'okubiri abantu basobola kuba na kintu kimu kyokka?" Naye mu ggulu, teri mbeera yakuba nti waliwo ekitamala nti oba waliwo okukalubirizibwa. Abantu tebawulira bubi kubanga babeera wamu. Tebakirinaamu nkenyera yonna eky'oku kozeseza awamu ebintu byabwe n'abalala. Babeera beebaza bwebaza olw'okuba basobola okugabana ebintu byabwe

n'abalala era nga kino bakiraba ng'ensibuko y'essanyu.
Era, tebawulira bubi nti balina ekintu kimu kyokka ekyabwe oba okukwatirwa ebintu abalala bye balina obuggya. Wabula, bulijjo babeera beebaza Katonda Kitaffe era nga bamwewunya olw'okuba y'abawa nnyo okusinga kye bagwanira, era bulijjo baba bamativu mu ssanyu eritakyukakyuka.

Ekintu kyokka kye bawuliriramu obubi kwe kuba nti tebagezaako kimala era tebaatukuzibwa bulungi bwe baali bakyabeera ku nsi kuno. Bawulira bubi era ne baswala okuyimirira mu maaso ga Katonda kubanga tebegyako bubi bwonna mu bbo. Era ne bwe balaba abo abagenze mu Bwakabaka Obw'okusatu oba mu Yerusaalemi Empya, tebabakwatirwa nsaalwa olw'ennyumba zaabwe amakula oba empeera ez'ebitiibwa, naye baba bawulira buwulizi bubi olw'okuba tebeetukuza kimala.

Olw'okuba Katonda mutuukirivu, akuganya okusiga kye wakungula, era akuwa empeera okusinziira ku ky'okoze. N'olwekyo, Agaba Ekifo n'empeera mu ggulu okusinziira ku kwetukuza kw'omuntu n'obwesigwa bwe ku nsi kuno. Okusinziira ku kigambo kya Katonda okitambuliddemu kyenkana ki, Bwatyo Naye bwajja okukuwa empeera mu bungi.

Bw'oba nga ekigambo kya Katonda wakitambuliramu mu bujjuvu, Ajja kukuwa buli Kyoyagala mu ggulu kikumi ku kikumi. Wabula, Bw'otatambulira mu kigambo kya Katonda mu bujjuvu, Ajja kukuwa empeera okusinziira kw'ekyo kyokka ky'okoze, wadde ng'era ajja ku gikuwa mu bungi.

N'olwekyo, si nsonga mutendera ki ogw'eggulu mw'oyingidde, bulijjo ojja kuba weebaza Katonda olw'okukuwa ebyo ebisinga ku bye wakolerera bwe wali okyali ku nsi, era obeerewo olubeerera mu ssanyu n'okusanyuka.

Engule Ey'ekitiibwa

Katonda, agaba mu bungi, agabira abantu b'omu Bwakabaka Obusooka engule etalyonooneka. Olwo ngule ya kika eweebwa abantu b'omu Bwakabaka Obw'okubiri? Wadde tebeetukuza mu bujjuvu, baaweesa Katonda ekitiibwa bwe baatuukiriza obuvunaanyizibwa bwabwe. N'olwekyo baliweebwa engule ey'ekitiibwa. Bw'osoma mu 1 Peetero 5:1-4, olaba ng'engule ey'ekitiibwa nga ye mpeera eweebwa abantu abateekawo eky'okulabirako nga batambulira mu kigambo kya Katonda mu bwesigwa.

Kale, mbuulirira abakadde abali mu mmwe nze mukadde munnammwe era omutegeeza w'ebibonoobono bya Kristo, era agabanira awamu ekitiibwa ekigenda okubikkulibwa, mulundenga ekisibo kya Katonda ekiri mu mmwe, nga mukirabirira si lwa maanyi naye lwa kwagala, nga Katonda bw'ayagala so si lwa kwegombanga amagoba mu bukuusa, naye lwa mwoyo so si ng'abeefuula abaami b'ebyo bye mwateresebwa, naye nga mubeeranga byakulabirako eri ekisibo. Era omusumba omukulu bw'alirabisibwa, muliweebwa engule ey'ekitiibwa etewotoka.

Ensonga lwaki wagamba nti, "engule ey'ekitiibwa etewotoka" lwakuba buli ngule mu ggulu yalubeerera era tewotoka. Ojja kukizuula nti eggulu ddala kifo ekituukiridde okukibeeramu eyo buli kimu gye kiri eky'olubeerera era eyo engule y'omuntu gy'etawotoka.

2. Bantu ba Kika Ki Abagenda mu Bwakabaka Obw'okubiri?

Okumpi n'ekibuga Seoul, nga kino kye kibuga ekikulu eky'ensi Korea, waliwo ebibuga ebinene ko, ate era okumpi n'ebibuga ebyo waliyo obutawuni obutonotono. Mu ngeri y'emu, mu ggulu, okumpi n'Obwakabaka obw'okusatu obw'eggulu eyo Yerusaleemi Empya gyeri, waliyo Obwakabaka Obw'okubiri, Obusooka, n'olusuku lwa Katonda.

Obwakabaka obusooka kye kifo ky'abo abali ku mutendera ogw'okubiri ogw'okukkiriza nga bano baba bagezaako okutambulira mu kigambo kya Katonda. Muntu wa Kika ki agenda mu Bwakabaka Obw'okubiri? Abantu abali ku mutendera ogw'okusatu ogw'okukkiriza abo abasobola okutambulira mu kigambo kya Katonda be bamaliriza nga bagenze mu Bwakabaka Obw'okubiri. Kati katulabe ekika ky'abantu abagenda mu Bwakabaka Obw'okubiri mu bujjuvu.

Obwakabaka Obw'okubiri:
Ekifo eky'Abantu abatatukuziddwa mu Bujjuvu

Osobola okugendamu Bwakabaka Obw'okubiri bw'oba otambulira mu kigambo kya Katonda era n'otuukiriza n'obuvunaanyizibwa bwo, kyokka omutima gwo guba tegunatukuzibwa mu bujjuvu.

Bw'oba oli mulungi, ng'oli mugezi, ate ng'oli mukujjukujju, mazima ojja kuba oyagala abaana bo bakufaanane. Mu ngeri y'emu, Katonda, oyo omutukuvu era atuukiridde, abeera ayagala abaana Be abatuufu b'amufaanane. Ayagala abaana abamwagala era abakuuma amateeka Ge –abo abagondera ebiragiro Bye kubanga b'aba bamwagala, era nga tebakakkiddwa. Ng'era bw'oyinza okukola ebintu ebizibu bw'oba nga oyagalira ddala omuntu. Era bw'oba nga ddala oyagala Katonda mu mutima gwo, osobola okukuuma ebiragiro Bye mu mutima gwo era mu ssanyu.

Ojja kugonda n'essanyu wamu n'okwebaza awatali bukwakkulizo bwonna okubeera nga weekuuma ebyo by'akugamba, okwekuuma era ne Byakugamba okusuula eri, obisuule, obutakola ebyo byakugaana era n'okukola ebyo by'akugamba okukola. Kyokka, abo abali ku mutendera ogw'okusatu ogw'okukkiriza tebasobola kukola nga Katonda bwayagala nga bali mu ssanyu erituukiridde n'okwebaza mu mitima gyabwe kubanga tebannatuuka kumutendera guno ogw'okwagala.

Mu Baibuli, mulimu emirimu gy'omubiri (Bagalatiya 5:19-21), n'okwegombwa kw'omubiri (Abaruumi 8:5). Bw'okola ng'obubi obuli mu mutima gwo bwe bukugamba, ekyo kiyitibwa emirimu gy'omubiri. Embala y'ekibi eri mu mutima naye nga tenneeraga mu bikolwa kye kiyitibwa okwegomba kw'omubiri.

Abo abali ku mutendera ogw'okusatu ogw'okukkiriza baba begyako dda emirimu gyonna egy'omubiri, ebyo ebirabibwako, naye nga bakyalina okwegomba kw'omubiri mu mitima gyabwe. Beekuuma ebyo Katonda bya bagamba okwekuuma, basuula eri Katonda bya bagamba okusuula, tebakola ebyo Katonda bye yabagaana, era ne bakola ebyo Katonda bya bagamba okukola. Naye, ng'obubi mu mitima gyabwe tebunnaggweramu ddala.

Mu ngeri y'emu, bw'otuukiriza obuvunaanyizibwa bwo naye ng'omutima gwo tegunnatukulizibwa ddala, osobola okugenda mu Bwakabaka Obw'okubiri. "Okutukuzibwa" kitegeeza embeera mw'obeerera nga wegyeeko buli kika kya bubi bwonna era ng'olina bulungi bwokka mu mutima gwo. Eky'okulabirako, katugambe nti waliwo omuntu gwe wakyawa. Kati, owulirizza ekigambo kya Katonda nti, "tokyawanga muntu munno," era n'ogezaako obutamukyawa. Era ekivaamu, obeera tokyamuwalana kati. Wabula, bw'oba nga okyalimu akatamwagala mu mutima gwo, obeera tonnatukuzibwa.

N'olwekyo, okusobola okukula n'ogenda ku mutendera ogw'okuna ogw'okukkiriza okuva ku gw'okusatu, kiba kikulu nnyo okufuba okwegyako ebibi byo byonna okutuuka ku ssa ly'okuyiwa omusaayi.

Abantu Okuba nga Baatuukiriza Obuvunaanyizibwa Bwabwe Lwa Kisa kya Katonda

Obw'akabaka Obw'okubiri kye kifo eky'abo abatannatukuzibwa mu mitima gyabwe mu bujjuvu naye nga batuukiriza obuvunaanyizibwa bwabwe obwa baweebwa Katonda. Kati katutunuulire ekika ky'abantu abagenda mu Bwakabaka Obw'okubiri nga tutunuulira memba eyali aweereza ekanisa ya Manmin enkulu esangibwa mu Joong-ang.

Omukyala ono yajja ne bba mu kanisa ya Manmin enkulu mu mwaka mweyatandikira. Yali alina ekirwadde ekimusumbuwa naye n'awonyezebwa bwe nnamusabira, era n'abantu b'omu maka ge ne bafuuka bakkiriza. Baakula mu kukkiriza kwabwe, era n'afuuka Dinkoni omukulu, ye bba n'afuuka omukadde w'ekanisa, era abaana baabwe ne bakula era baweereza Mukama ng'abaweereza, omu mukyala musumba, ate omulala mu minsani ow'okutendereza.

Wabula, omukyala yalemererwa okwegyako ebibi bye mu bujjuvu n'okutuukiriza obuvnaanyizibwa bwe obulungi, naye neyeenenya olw'ekisa kya Katonda, n'atuukiriza obuvunaanyizibwa bwe bulungi, era n'afa. Katonda y'ang'anya okutegeera nti yali wakubeera mu Bwakabaka Obw'okubiri obw'omu ggulu era n'anzikiriza okuwuliziganya naye mu mwoyo.

Bwe yagenda mu ggulu, ekintu ekyasinga okumuwuliza obubi ennyo kwe kuba nti yali tasobodde kwegirako ddala bibi bye byonna alyoke atukuzibwe mu bujjuvu, era n'ekyokuba nti yali talina kwatula kwonna okw'okwebaza kwe yali akoze eri omusumba we eyali amusabidde n'awona era n'amukulembera mu kwagala.

Era, ye yalowooza nti ebyo bye yali atuukirizaako mu kukkiriza kwe, ng'engeri gye yaweerezangamu Mukama, n'ebigambo bye yayogeranga n'omumwa gwe, byali bimusobozesa kugenda mu Bwakabaka Busooka wokka. Wabula, bwe yali asigazzaayo ebbanga ttono ku nsi eno, okuyita mu ssaala ey'okwagala okuva ew'omusumba we n'ebikolwa bye eby'asanyusa Katonda, okukkiriza kwe kwakula mangu era yasobola okuyingira mu Bwakabaka Obw'okubiri.

Okukkiriza kwe mubutuufu kwakula mangu nnyo nga tannafa. Yeemalira nnyo mu kusaba n'okutambuza ebbaluwa z'ekanisa nnyingi mu balirwanaabe. Teyeefangako wabula ng'afa kukuweereza Mukama n'obwesigwa. Yanyumizaako ku nnyumba ye gye yali agenda okubeeramu mu ggulu. Yagamba nti, wadde si yakalina naye baajiwunda bulungi nnyo n'ebimuli wamu n'emiti, era nnenne nnyo ate nga nnungi okukamala era nga tesobola kugeraageranyizibwa na nnyumba yonna ku nsi kuno. Kyokka, bw'ogigeraageranya ne nnyumba ez'omu Bwakabaka Obw'okusatu, oba Yerusaalemi Empya, eno ebanga nnyumba ya ssubi, naye yali mu kwebaza era nga mumativu kubanga yali si yasaanidde okugifuna. Yayagala mutuusize obubaka buno eri ab'omu maka ge basobole okugenda mu Yerusaalemi Empya.

"Eggulu ligabanyiziddwamu bulungi nnyo. Ekitiibwa n'ekitangaala bya njawulo ddala mu buli kifo, n'olwekyo mbakubiriza era nnyongera okubazaamu amaanyi okugenda mu Yerusaalemi Empya. Njagala okugamba abantu b'omu maka gange abakyali ku nsi nti nga kyabuswavu okuba okuba nga tewegyako bibi byo byonna bw'osisinkana Katonda Kitaffe mu ggulu. Empeera Katonda z'awa abo abagenda mu Yerusaalemi Empya makula gennyini era ne nnyumba tolema ku byegomba, wabula njagala okubabuulira nti kyabuswavu nnyo era kiwuliza omuntu bubi nnyo okuba nga teyegyako bubi bwonna mu maaso ga Katonda. Njagala okuweereza obubaka buno eri abantu b'omu maka gange basobole okwggyako ebibi byabwe byonna basobole okuyingira ekifo eky'ekitiibwa ekya Yerusaalemi Empya."

N'olwekyo, mbakubiriza mulabe ddala bwe kiri ekirungi era eky'omuwendo okwetukuza mu mutima gwo n'okuwaayo obulamu bwonna eri obwakabaka n'obutuukirivu bwa Katonda ng'olina essuubi ly'eggulu, olwo osobole okuwaguza ng'odda eri Yerusaalemi Empya.

Abantu Ab'esigwa mu Buli Kimu Naye Nga Bajeema Olw'engeri Yaabwe Gye Balabamu Obutuukirivu

Kati ate, katutunuulire embeera endala memba omulala eyayagala Mukama era n'atuukiriza obuvunaanyizibwa bwe n'obwesigwa, wabula n'atasobola kugenda mu Bwakabaka Obw'okusatu olw'obuntu obwabulaabulamu mu kukkiriza kwe.

Y'ajja mu kanisa ya Manmin Enkulu olw'obulwadde bw'omwami we, era n'afuuka memba eyeenyigiramu mu byonna mu kanisa. Omwami we yaleetebwa ku kanisa ku katanda, naye obulumi bwe bwagenderawo era n'ayimirira amangu ago era n'atambula. Ndowooza olaba essanyu n'okwebaza bye yalimu! Bwatyo yabeeranga yeebaza Katonda bulijjo oyo eyawonya omwami we obulwadde n'eri omusumba eyali amusumba okuba nti yasaba n'okwagala. Yabeeranga mwesigwa bulijjo. Yasabiranga obwakabaka bwa Katonda, era n'eyeebazanga n'okusabiranga omusumba we buli ssaawa oba atambula, oba atudde, ne bweyabanga ng'afumba.

Era, olw'okuba yayagalanga nnyo ab'oluganda mu Kristo, nga yabazaamu amaanyi okusinga okuzibwamu amaanyi, ng'agumya n'okulabirira abakkiriza abalala. Ng'ayagala kubeera ng'atambulira mu kigambo kya Katonda kyokka era n'agezaako okwegyako buli kibi kyonna okutuuka ku ssa ly'okuyiwa omusaayi. Teyeegombanga oba okuyayaanira eby'ensi wabula nga yeemalira ku kubuulira njiri eri balirwana be.

Olw'okuba yali mwesigwa nnyo bwatyo eri Obwakabaka bwa Katonda, omutima gwange gw'akwatibwako Omwoyo Omutukuvu bwe n'alaba okwewaayo kwe era ne musaba okutwala obuvunaanyizibwa bwa ssaviisi yange. Nnalina okukkiriza nti bwanaatuukiriza obuvunaanyizibwa bwe n'obwesigwa, olwo abantu b'omumaka ge bonna omuli n'omwami we bajja kutandika okuba n'okukkiriza okw'omwoyo. Wabula, teyakkiriza kubanga yatunuulira embeera ye era n'atwalibwa ebirowoozo by'ensi. Wayitawo akaseera katono n'afa. Nnawulira bubi nnyo, era bwe nnali nsaba eri Katonda, Nasobola okuwulira okwenenya kwe okuyita mu kuwuliziganya kw'omwoyo.

"Ne bwe nneenenya okwenkana wa olw'obutagondera musumba wange, si sobola kuzza budde mabega. Kale n'eyongera bweyongezi okusabira Obwakabaka bwa Katonda n'omusumba bulijjo. Ekintu kimu kye nina okugamba baganda bange kye kino nti ekyo omusumba kyayatula kwe kwagala kwa Katonda. Kibi ky'amaanyi nnyo okujemera okwagala kwa Katonda, era nga kigendera wamu n'obusungu. Obusunga n'akyo kibi kinene. Era olwa kino, abantu bafuna ebizibu, era nali nsimiddwa olw'okuba nali sinyiiga, naye okukakkanya omutima gwange, n'okufuba n'omutima gwange gwonna okugonda. Nfuuse omuntu afuuwa eng'ombe ya Mukama. Olunaku lwe ndisisinkana baganda bange abagalwa luli kumpi. Nsuubira n'okusuubira kwonna nti baganda bange tebamagamaga era tebalina kye babulwa basobole okwesunga olunaku luno."

Yayogera ebintu ebirala bingi okusinga wano, era n'ang'amba nti ensonga lwaki teyasobola kugenda mu Bwakabaka Obw'okusatu kyali lwa bujeemu bwe.

"Nnalina ebintu bitono nnyo bye nnali njemedde we n'ajjira mu bwakabaka buno. Olumu n'agambanga, 'Nedda, Nedda, Nedda,' nga mpuliriza obubaka. Saatuukiriza buvunaanyizibwa bwange bulungi. Kubanga nnalowooza nti njakutuukiriza obuvunaanyizibwa bwange embeera yange bweneeterera, Nnakozesa ebirowoozo eby'omubiri. Yali nsobi y'amaanyi mu maaso ga Katonda."

Era yagamba nti yakwatirwanga abaweereza ensalwa n'abo abavunaanyizibwanga ku sente ze kanisa buli lwe yabalabanga, ng'alowooza nti empeera zaabwe mu ggulu nnene. Kyokka, yagamba nti bwe yagenda mu ggulu, ekyo si bwe kyali.

"Nedda! Nedda! Nedda! Abo bokka abatambulira mu kwagala kwa Katonda be bajja okufuna empeera ennene n'emikisa. Abakulembeze bwe bakola ensobi, kiba kibi kinene ddala okusinga memba omulala yenna bw'akola ensobi. Balina okusaba ennyo. Abakulembeza balina okusinga abalala bonna mu kuba abeesigwa. Balina okuba nga basomesa bulungi okusinga abalala bonna. Balina okuba n'obusobozi obwawula embeera. Ye nsonga lwaki kyawandiikibwa mu kitabo ekimu kw'ebyo eby'enjiri ennya nti omusajja omuzibe akulembera muzibe munne. Omuntu ajja kuweebwa omukisa bwanaagezaako nga bwasobola mu kifo kye. Kati, olunaku lwe tunaasisinkana ng'abaana ba Katonda mu bwakabaka obutaggwaawo lunaatera okutuuka. N'olwekyo, buli muntu yandyegyeko emirimu gyonna egy'omubiri, ne bafuuka abatuukirivu, era ne baba n'ebisaanyizo ng'omugole wa Mukama nga tebalina kuswala kwonna bwe banaayimirira mu maaso ga Katonda."

N'olwekyo, olina okukitegeera nti kikulu nnyo okugondera si olw'okuba kikukakaatikako naye olw'essanyu eriri munda mu mutima gwo n'olwo kwagala kwo eri Katonda, era otukuze omutima gwo. Era, tolina kubeera bubeezi muntu atagwa kugenda mu kanisa, naye weetunulemu olabe Bwakabaka ki Obw'omu ggulu bw'onooyingira singa Kitaffe ayise omwoyo gwo kati.

Olina okugezaako okuba omwesigwa mu buvunaanyizibwa bwo bwonna era otambulire mu kigambo kya Katonda, osobole okutukuzibwa mu bujjuvu era obeere n'ebisaanyizo ebikwetaagisa okusobola okuyingira Yerusaalemi Empya.

1 Bakkolinso 15:41 wakugamba nti ekitiibwa buli muntu kyafuna mu ggulu kijja kuba kya njawulo. wagamba, *"Ekitiibwa ky'enjuba kirala n'ekitiibwa ky'omwezi kirala, n'ekitiibwa*

ky'emmunyeenye kirala, kubanga emmunyeenye teyenkana na ginaayo kitiibwa."

Abo bonna abalokole bajja kweyagalira mu bulamu obutaggwaawo mu ggulu. Wabula, abamu bajja kubeera mu Lusuku lwa Katonda ate abalala babeere mu Yerusaalemi Empya, bonna okusinziira ku kigero ky'okukkiriza kwabwe. Enjawulo mu bitiibwa nnene nnyo nti tolina bw'oginyonyola.

N'olwekyo, Nsaba mu linnya lya Mukama oleme kusigala busigazi mu kukkiriza kubanga oyagala olokolebwe, wabula obeera ng'omulimi eyatunda byonna byalina okugula ettaka era asimemu eky'obugagga, Tambulira mu kigambo kya Katonda mu ngeri zonna era wegyeko buli kibi kyonna osobole okuyingira Yerusaalemi Empya eyo gy'osigala mu kitiibwa ekyaka ng'enjuba.

Essuula 9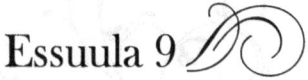

Obwakabaka obw'okusatu obw'eggulu

1. Bamalayika baweereza buli mwana wa Katonda Kinnoomu
2. Bantu ba Kika ki Abagenda mu Bwakabaka Obw'okusatu?

*Alina Omukisa omuntu
agumiikiriza okukemebwa,
kubanga bw'alimala okusiimibwa
aliweebwa engule ey'obulamu,
Mukama waffe gye yasuubiza abamwagala.*

- Yakobo 1:12 -

Katonda Mwoyo, era nga Ye bulungi bwereere, kitangaala kye nnyini, era nga Ye kennyini kwagala. Ye nsonga lwaki Ayagala abaana Be okwegyako ebibi byonna ne kika ky'obubi kyonna. Yesu, eyajja mu nsi muno mu mubiri gw'omuntu, nga talinaako bbala lyonna kubanga Ye Katonda Yennyini. Olwo olina kuba muntu wa kika ki okusobola okufuuka omugole anaayaniriza Mukama?

Okufuuka omwana wa Katonda omutuufu era omugole wa Mukama ajja okugabana okwagala okutuufu ne Katonda okutaggwaawo, Olina okufaananya omutima gwa Katonda omutukuvu era wetukuze nga wegyako ebibi byonna eby'ekika kyonna.

Obwakabaka obw'okusatu mu ggulu, nga kye kifo ky'abaana ba Katonda ab'ekika kino abo abatukuvu era abafaananya Katonda omutima, era nga kyanjawulo nnyo ku Bwakabaka Obw'okubiri. Kubanga Katonda akyawa obubi era ayagala nnyo obulungi, Ayisa abaana Be abatukuziddwa mu ngeri ey'enjawulo ennyo. Olwo, Obwakabaka Obw'okusatu kifo kya kika ki era nga olina kwagala Katonda kyenkana ki okusobola okugenda yo?

1. Bamalayika baweereza buli mwana wa Katonda Kinnoomu

Ennyumba mu Bwakabaka Obw'okusatu nnungi nnyo nnyo era eyakayakana okusinaga enyumba ezitali za kalina ezisangibwa mu Bwakabaka Obw'okubiri era tezisobola kugeraageranyizibwa.

Ziwundiddwa n'ebintu bingi era nga zirina ebyo byonna nnyini yo byayagala okuba n'abyo.

Era, okuva mu Bwakabaka Obw'okusatu okudda waggulu, bamalayika abanaaba bawereza buli muntu kinnoomu bajja kuweebwa, era bajja kwagala era nga beegomba mukama waabwe era nga bajja kumuweereza n'ebintu ebisingirayo ddala.

Bamalayika nga baweereza omuntu omu yekka

Mu Baebulaniya 1:14 wagamba, *"Bonna si gy'emyoyo egiweereza, nga gitumibwa okuweereza olw'abo abagenda okusikira obulokozi?"* Bamalayika giba myoyo. Bafaanana abantu mu nkula ng'ebitonde bya Katonda, naye tebalina mubiri n'amagumba, era tebafumbiriganwa wadde okufa. Tebalina mbala nga y'abantu, naye amagezi gaabwe n'amaanyi by'amaanyi nnyo okusinga abantu (2 Peetero 2:11).

Nga Abaebulaniya 12:22 woogera ku enkumi n'enkumi z'abamalayika, mu ggulu waliyo bamalayika abatabalika. Katonda ataddewo amaddaala n'ebitiibwa mu bamalayika among the angels, era n'abawa emirimu egy'enjawulo, era n'abawa obuyinza obw'enjawulo okusinziira ku mirimu egy'enjawulo.

N'olwekyo waliwo enjawulo mu bamalayika gamba nga malayika, abakyaza mu ggulu ne malayika omukulu. Okugeza, Gaburyeri, oyo akola nga omusirikale omukulu, oyo ajja gyoli n'ebyokuddamu eri essaala zo oba enteekateeka za Katonda ssako okubikkulirwa (Danyeri 9:21-23; Lukka 1:19, 1:26-27). Malayika omukulu Mikaeri, alinga ofiisa mu magye, ye minisita ow'egye ery'omu ggulu. Y'afuga entalo eri emyoyo emibi, era olumu ye yennyini amenyamenya eddwaniro ly'entalo z'ekizikiza

(Danyeri 10:13-14, 10:21; Yuda 1:9; Okubikkulirwa 12:7-8).
Mu bamalayika bano, mulimu ba malayika abaweereza bakama baabwe bokka. Mu Lusuku lwa Katonda, Obwakabaka Obusooka n'obwakabaka Obw'okubiri, waliyo ba malayika oluma abayamba ku baana ba Katonda, naye teri malayika aweereza mukama we yekka. Bamalayika abaliyo balabirira muddo gwokka, oba ebimuli n'enguudo, oba ebifo eby'olukale wasobole obutabaayo kukaluubirizibwa, era nga waliyo ne bamalayika abatambuza Obubaka bwa Katonda.

Naye, abo abali mu Bwakabaka Obw'okusatu oba Yerusaalemi Empya, bamalayika ababalabirira bokka babaweebwa ng'empeera kubanga baagadde Katonda era ne basanyusa nnyo Katonda. Era, omuwendo gw'abamalayika ababaweebwa gujja kwawukana okusinziira ku muntu gye yakoma okufaanana Katonda n'oku musanyusa era nga mugonvu.

Omuntu bw'aba alina ennyumba ennene mu Yerusaalemi Empya, bamalayika abatabalika bajja kubaweebwa kubanga kitegeeza nti nnyini yo afaananya omutima ne Katonda era nga yatwala abantu bangi eri obulokozi. Wajja kubaayo bamalayika abalabirira ennyumba, abalala bajja kuba balabirira ebintu eby'omu nyumba eno saako ebyo aby'abaweebwa ng'empeera, era bamalayika abalala abaweereza mukama waabwe yekka. Wajja kuba nga waliyo bamalayika bangi.

Bw'ogenda mu Bwakabaka Obw'okusatu, tojja kuba n'abamalayika bokka bakuweereza wekka, wabula n'abo abalabirira ennyumba yo, n'abo abaaniriza saako okuyamba ku bagenyi. Ojja kuba nga weebaza nnyo Katonda bw'onooba osobola okuyingira Obwakabaka Obw'okusatu kubanga Katonda akuganya okufuga olubeerera nga bamalayika bakuweereza abo

Bakuwa ng'empeera ez'olubeerera.

Ennyumba Amakula ey'akalina eriko emyaliriro Emingi ey'Obwannanyini

Mu nnyumba ez'Obwakabaka Obw'okusatu ezo ezitoneddwa ne bimuli ebirungi n'emiti saaka akawoowo akalungi akava mu nnimiro ne nnyanja. Mu nnyanja mulimu eby'enyanja bingi, era abantu basobola okunyumya n'abyo era ne bagabana okwagala n'abyo. Era, bamalayika bazannya ennyimba ennungi oba abantu basobola okutendereza Kitaffe Katonda wamu n'abyo.

Ekitali ku Bwakabaka Obw'okubiri eyo ababeerayo gye balina okuba n'ekintu kimu kyokka kye basinga okwagala, Abantu b'omu Bwakabaka Obw'okusatu basobola okuba n'ekintu kyonna kye bagala nga ekisaawe omuzanyirwa ggoofu, ekidiba omuwugirwa, ennyanja, ekkubo ery'okutambulatambuliramu, ekisenge omuzinirwa n'ebiringa ebyo. N'olwekyo, tebalina kugenda mu balirwana okweyagalira mw'ebyo bye batalina, era bbo baba basobola okweyagalira mu kintu kyonna obudde bwonna.

Mu bwakabaka Obw'okusatu ennyumba kuliko emyaliriro mingi era nnene nnyo, nnungi okukamala. Zitoneddwa bulungi nnyo nti tewali nnagagga n'omu ku nsi kuno asobola okuzigegeenyaako.

Era, tewali nnyumba mu Bwakabaka Obw'okusatu erina kapande ku luggi. Abantu bamanya bumanya nnyini nnyumba wadde nga tekuli kapande, olw'akawoowo akawunya kokka akalaga omutima omuyonjo era omulungi ogwa nnyinimu ogukulukuta okuva mu nnyumba.

Ennyumba mu Bwakabaka Obw'okusatu zirina obuwoowo bwa njawulo n'ekitangaala ky'ettaala kya njawulo. Mukama w'ennyumba gyakoma okufaananya omutima gwa Katonda, n'akawoowo saako ekitangaala gye bikoma okuba eby'amaanyi.

Era, mu Bwakabaka Obw'okusatu, ensolo entonotono ezitera okukuumibwa awaka ne n'ebinyonyi bibaweebwa, era nga birungi nnyo, bigezi nnyo, era nga byagalibwa nnyo okusinga ebyo ebisangibwa mu Bwakabaka Obusooka n'obw'okubiri. Era, ebire eby'okutambuliramu bigabibwa okukozesebwa bonna, era abantu basobola okutambula eggulu lyonna eritaggwayo nga bwe baagala.

Nga bwe kyanyonnyoddwa, mu Bwakabaka Obw'okusatu abantu basobola okuuna saako okukola ekintu kyonna kye baagala. Obulamu mu Bwakabaka Obw'okusatu bujja kussuka kw'ekyo ky'olowooza.

Engule Ey'obulamu

Mu Kubikkulirwa 2:10, waliwo ekisuubizo "eky'engule ey'obulamu" eneeweebwa abo ababadde abeesigwa okutuuka ne ku ssa ery'okufa olw'obwakabaka bwa Katonda.

Totya by'ogenda okubonaabona laba, omulyolyomi oyo agenda okusuula abamu mu mmwe mu kkomera, mukemebwe, era mulibonaabonera ennaku kkumi. Beeranga mwesigwa okutuusa okufa, nange ndikuwa engule ey'obulamu.

Ebigambo wano nti "Beeranga mwesigwa okutuusa okufa"

tebitegeeza kubeera beesigwa n'okukkiriza okw'abajjulizi kyokka, wabula n'obutekkiriranya na nsi era n'okutukuzibwa saako okufuuka omutuukirivu mu bujjuvu nga wegyako ebibi byonna okutuuka ku ssa ly'okuyiwa omusaayi. Katonda agabira empeera abo abayingidde mu Bwakabaka Obw'okusatu n'engule ez'obulamu kubanga babadde beesigwa n'emu biseera eby'okufiirwa obulamu bwabwe era bawangudde ebika bye bigezo byonna n'obuzibu (Yakobo 1:12).

Abantu ab'omu Bwakabaka Obw'okusatu bwe bakyalako mu Yerusaalemi Empya, bateeka akabonero ak'etoloovu ku ludda olwa ddyo ku mugo ogw'engule ey'obulamu. Abantu b'omu lusuku lwa Katonda, Ab'omu Bwakabaka Obusooka, oba Obwakabaka Obw'okubiri bwe bakyalakomu Yerusaalemi Empya, bateeka akabonero ku ku mukono ogwa kkono ogw'ekifuba kyabwe. Ndowooza olaba nti abantu ab'omu Bwakabaka Obw'okusatu balina ekitiibwa kya njawulo mu ngeri eno.

Wabula, abantu mu Yerusaalemi Empya bali wansi w'okulabirirwa okwenjawulo okwa Katonda, n'olwekyo tebeetaaga kabonero konna okusobola okubawula ku balala. Bayisibwa mu ngeri ya njawulo nnyo ng'abaana ba Katonda abatuufu.

Ennyumba mu Yerusaalemi Empya

Ennyumba mu Bwakabaka Obw'okusatu za njawuloko ku z'omu Yerusaalemi Empya mu bunene, mu bulungi, n'ekitiibwa.

Okusooka mu byonna, bw'ogamba nti ennyumba esembayo obutono mu Yerusaalemi Empya yenkana 100, ey'omu

Bwakabaka Obw'okusatu ebeera ku 60. Eky'okulabirako, Bw'eba ng'ennyumba y'omu Yerusaalemi Empya esembayo obutono eri sikweeya footi 100,000, ennyumba mu Bwakabaka Obw'okusatu ebeera sikweeya footi 60,000.

Kyokka, obunene bw'ennyumba ya buli muntu ssekinnoomu bwawukana nga byonna bisinziira ku kyenkana ki mukama we nju eyo kye yakola okulokola abantu abangi nga bwekisoboka n'okuzimba ekanisa ya Katonda. Nga Yesu bw'agamba mu Matayo 5:5, *"Balina omukisa abateefu kubanga abo balisikira ensi,"* Okusinziira ku bungi bw'emyoyo nnyini nyumba gye yatwala mu ggulu n'omutima omuteefu, n'ennyumba nayo mwanaasuulanga bwetyo bwejja okusalibwawo.

N'olwekyo, waliyo ennyumba nnyingi nnyo ezisoba ne mu mitwalo eziweza sikweya footi mu Bwakabaka Obw'okusatu ne Yerusaalemi Empya, naye nga enyumba esingirayo ddala obunene mu Bwakabaka Obw'okusatu eba ntono nnyo kw'ezo ez'omu Yerusaalemi Empya. Okw'ongereza ku ky'obunene, enkula, obulungi, eby'okuwunda ebitona enyumba n'abyo enjawulo yaabyo wakati w'obwakabaka buno nnene ddala.

Mu Yerusaalemi Empya, teba byakwewunda ekkumi n'ebibiri eby'oku musingi byokka, wabula n'eby'okwewunda ebirala bingi. Waliwo ebitona ebinene ddala nga birina langi nnungi nnyo. Byo ebika by'okwewunda bingi nnyo nti tosobola kubimenya n'obimalayo, era ng'ebimu bikubisa mu ttaala okwaka emirundi ebiri oba esatu.

Waliyo ebitona bingi nnyo mu Bwakabaka Obw'okusatu. Naye, wadde bingi, ebitona mu Bwakabaka Obw'okusatu tebisobola kugeraageranyizibwa n'ebyo eby'omu Yerusaalemi Empya. Teri bya kutona mu Bwakabaka Obw'okusatu ebikubisaamu ettaala emirundi ebiri oba esatu mu kwaka. Eby'okwewunda mu Bwakabaka Obw'okusatu birina ettaala nnungi nnyo era ziri wala mu bulungi bw'ozigeraageranya n'ezo ez'omu Bwakabaka Obusooka, n'Obwokubiri, naye ebyayo bye bisookerwako era byangu, era nga ebika by'okutona eby'ekika kino si birungi nnyo ng'ebyo eby'omu Yerusaalemi Empya.

Ye nsonga lwaki abantu b'omu bwakabaka Obw'okusatu, abatabeera mu Yerusaalemi Empya eyo ejjudde ekitiibwa kya Katonda, bagitunuulira ne beegomba okubeerayo olubeerera.

"Kale singa n'agezaako okusingako wano era n'emba mwesigwa mu byonna mu nnyumba ya Katonda.."
"Kale singa kitaffe ayitako ku linnya lyange lumu..."
"Kale singa nziramu okuyitibwa omulundi omulala..."

Waliyo essanyu ly'otayinza kuteebereza n'obulungi mu Bwakabaka Obw'okusatu, naye tebisobola kugeraageranyizibwa n'ebyo eby'omu Yerusaalemi Empya.

2. Bantu ba Kika ki Abagenda mu Bwakabaka Obw'okusatu?

Bw'oggulawo omutima gwo n'okkiriza Yesu Kristo okuba Omulokozi wo, Omwoyo Omutukuvu ajja n'akusomesa ekibi kye ki, obutuukirivu, n'omusango, era n'akusobozesa okuzuula amazima. Bw'ogondera ekigambo kya Katonda, ne wegyako buli kika kya kibi era n'ofuuka atukuziddwa, obeera ku ssa emmeeme yo weebeerera obulungi –ku mutendera ogw'okuna.

Abo abatuuka ku mutendera ogw'okuna ogw'okukkiriza baba baagala nnyo Katonda era nga n'abo bagalibwa Katonda era ne bayingira Obwakabaka Obw'okusatu. Olwo, muntu wa kika ki ddala aba n'okukkkiriza okumuyingiza Obwakabaka Obw'okusatu?

Ng'otukuzibwa Olw'okusuula Eri Buli Kika Kya Bubi

Mu biseera by'endagaano Enkadde, abantu tebaafunanga Mwoyo Mutukuvu. N'olwekyo, tebaasuulanga bibi ebyali munda ddala mu mitima gyabwe kubanga baali tebakisobola n'amaanyi gaabwe. Yensonga lwaki baakomolebwanga, Era ng'okujjako ekibi kikoleddwa mu bikolwa tebakitwalanga kibi. Oli ne bwe yabanga n'ekirowoozo eky'okutta omuntu, tekyatwalibwanga nti kibi kasita ekirowooze ekyo tekyafukangamu kikolwa. Okujjako ng'ekirowoozo kitereddwa mu nkola, olwo lwe kyalabibwanga nti kibi.

Wabula, mu biseera by'Endagaano Empya, bw'okkiriza Yesu Kristo, Omwoyo Omutukuvu ajja mu mutima gwo. Era okujjako ng'omutima gwo gutukuziddwa, tosobola kuyingira Bwakabaka Obw'okusatu. Kiri bwe kityo lwakuba osobola okukomola omutima gwo ng'oyambibwako Omwoyo Omutukuvu.

N'olwekyo, okujjako nga wegyeeko buli kika kya bubi kyonna gamba nga obukyayi, obwenzi, omululu n'ebiringa ebyo lw'osobola okuyingira mu Bwakabaka Obw'okusatu, era n'ofuuka atukuziddwa. Olwo, omuntu wa kika ki abeera n'omutima ogutukuziddwa? Y'oyo abeera n'ekika ky'okwagala ekw'omwoyo okwogerwako mu 1 Bakkolinso 13, ebibala omwenda eby'Omwoyo Omutukuu mu Bagalatiya 5, n'emikisa egy'asuubizibwa mu Matayo 5, era nga afaananya obutukuvu bwa Mukama.

Naye ekyo tekitegeeza nti ali ku ddaala lye limu ne Mukama. Omuntu ne bwe yegyako ebibi ekyenkana wa era n'afuuka atukuziddwa, eddaala kw'ali liba lya njawulo ku lya Katonda, Kubanga Ye Kitangaala ekyasookawo.

N'olwekyo, gwe okusobola okutukuza omutima gwo, olina okusobola okuteekawo ettaka eddungi mu mutima gwo. Kwe kugamba, nti olina okufuula omutima gwo ettaka egimu nga tokola ebyo Baibuli by'ekugaana n'okusuula eri Baibuli by'ekugamba okusuula eri. Olwo lwokka, lw'ojja okusobola okubala ebibala ebirungi ng'ensigo zisigiddwa. Ng'abalimi bwe basiga ensigo oluvanyuma lw'okusambula n'okutereeza ennimiro, ensigo ezikusigibwamu zimera, n'eziginyimuka, era n'ezibalako ebibala oluvanyuma lw'okukola ebyo Katonda by'akulagira okukola, n'okwekuuma ebyo by'akugamba okukuuma.

N'olwekyo, Okutukuzibwa kitegeeza omuntu okuba nga agiddwako ekibi ekisikire n'ebyo ebibi byakoze olw'omulimu g'Omwoyo Omutukuvu oluvanyuma lw'okuzaalibwa omulundi ogw'okubiri n'amazzi wamu n'Omwoyo Omutukuvu n'gokkiririza mu maanyi amanunuzi aga Yesu Kristo. Okuba nti osonyiyiddwa ebibi byo olw'okukkiririza mu musaayi gwa Yesu Kristo ky'anjawulo n'okusuula eri embala y'ekibi eri mu ggwe ng'oyambibwako Omwoyo Omutukuvu ng'osaba n'amaanyi go gonna n'okusiiba obutalekaayo.

Okukkiriza Yesu Kristo n'ofuuka omwana wa Katonda tekitegeeza nti ebibi byo byonna mu mutima gwo biba bigiddwamu mu bujjuvu. Obeera okyalina ebibi ng'obukyaayi, okwemanya, n'ebiringa ebyo nga bikyakulimu, era yensonga lwaki omutendera gw'oyitamu ogw'okuzuula obubi ng'owuliriza ekigambo kya Katonda saako okubirwanisa okutuuka ku ssa ery'okuyiwa omusaayi, mukulu nnyo (Abaebulaniya 12:4).

Eno yengeri gye wegyako emirimu gy'omubiri era n'okukula ng'odda eri okutukuzibwa. Embeera mw'obeerera nga tosudde bikolwa bya mubiri byokka wabula n'okwegomba kw'omubiri okuli mu mutima gwo mw'obeerera ku ddaala ery'okuna ery'okukkiriza, olwo lw'oba ng'otukuziddwa.

Okutukuzibwa Ng'omaze Kw'egyako Ebibi mu Nkula Y'omuntu

Olwo, ebibi eby'omu nkula y'omuntu bye biri wa? Bye bibi byonna ebigenze nga biranda okuyita mu nsigo ey'obulamu ey'abazadde b'omuntu okuva Adamu lwe yajeema. Okugeza, oyinza okusanga omwana omuto, nga tannaweza na mwaka, naye ng'alina endowooza enkyamu. Wadde nnyina tamuyigiriza ngako bubi bwonna ng'okukyawa oba okuba n'obugya, wabula ajja kunyiiga era akole ekikolwa ekibi singa maama we ageza n'awa omwana wa mulirwanaawe ebbeere lye. Era ajja kugezaako okusindika omwana wa mulirwana ali ku bbeera lya nnyina, era ajja na kutandika okukaaba, ng'ajjudde obusungu singa omwana wa mulirwana alemera ku bbeere lya nnyina.

Mu ngeri y'emu, ensonga lwaki n'omwana omuto alaga ebikolwa eby'ekibi, wadde nga tewali yali abimuyigirizza, lwakuba mu kikula kye mulimu obubi. Era, ebibi eby'omuntu bye yeekoledde bye bibi ebiviirayo mu bikolwa by'ennyini okuva ku kuyayaana kw'ekibi okw'omu mutima.

Bw'oba otukuziddwa okuva ku kibi ekisikire, kiba kyeraga lwatu nti n'ebibi ebikolebwa-omuntu bijja kuba bisuuliddwa kubanga ensibuko y'ekibi eba egiddwamu. N'olwekyo, okuzaalibwa omulundi ogw'okubiri mu mwoyo y'entandikwa y'okutukuzibwa, era okutukuzibwa kw'ekutuukirira mu kuzaalibwa okw'okubiri. N'olwekyo, B'woba ozaaliddwa omulundi ogw'okubiri, nsuubira nti ojja kutambulira mu bulamu bw'ekikristaayo obulungi okusobola okutuukiriza okutukuzibwa.

Bw'oba nga ddala oyagala okutukuzibwa osobole okuzzaawo ekifaananyi kya Katonda ekyali kibuze, era ofube nga bw'osobola, olwo ojja kusobola okusuula eri ebibi eby'omu kikula kyo olw'ekisa kya Katonda n'okuyambibwako Omwoyo Omutukuvu. Nsuubira nti ojja kufaanana omutima gwa Katonda omutukuvu nga bw'akukubiriza nti, *"Munaabanga batukuvu kubanga nze ndi mutukuvu"* (1 Peetero 1:16).

Atukuziddwa naye nga Tannaba Mwesigwa mu Byonna mu Nnyumba ya Katonda

Katonda ang'anyizza okuba n'empuliziganya ey'omwoyo n'omuntu eyafa edda, era ng'asaanidde okuyingira mu Bw'akabaka Obw'okusatu. Wankaaki ez'ennyumba y'omukyala ono zitoneddwa ne luuli eneetoloovu, nga kino kiri bw'ekityo lwakuba yasabanga nnyo mu maziga ku makya era n'okugumira embeera bwe yali akyabeera ku nsi. SYali omukkiriza omwesigwa eyasabiranga obwakabaka n'obutuukirivu bwa Katonda, n'asaabiranga ne kanisa ye saako abaweereza baayo wamu ne ba memba n'obugumiikiriza bungi saako amaziga.

Nga tannalokoka, yalinga mwavu nnyo nga talina wadde

akatundu ka zaabu konna mu bulamu bwe. Bwe yamala okukkiriza Mukama, yatandika okudduka eri okutukuzibwa kubanga yali asobola okugondera amazima bwe yagategeera olw'okuwuliriza ekigambo kya Katonda.

Era, yali atuukiriza obuvunaanyizibwa bwe bulungi kubanga yafuna okusomesebwa kungi okuva mu baweereza Katonda bayagala ennyo, era n'amuweereza bulungi nnyo. Olwa kino, yali asobola okugenda mu kifo ekiyakaayakana era eky'ekitiibwa mu bwakabaka obw'okusatu.

Era, eky'okuwunda ekirungi ennyo okuva mu Yerusaalemi Empya kijja kuteekebwa ku wankaaki y'ennyumba ye. Ekiwunda kino kijja kumuweebwa omuweereza gwe yali aweereza ku nsi kuno. Ajja ku kijja mu bimu ku by'okuwunda kwe ebiri mu ddiiro akiteeka ku wankaaki ye nnyumba ye bwanaagenda okumukyalirako. Eky'okuwunda kino ke kajja okuba akabonero nti ajja kulaga nti omuweereza we gwe yaweereza ku nsi ajja kuba amusubiddwa kubanga ye omukyala ono teyasobola kugenda mu Yerusaalemi Empya wadde nga yamuyamba nnyo ku nsi kuno. N'olwekyo abantu bangi mu Bwakabaka Obw'okusatu bajja kuba beegomba ekiwunda kino.

Wabula, omukyala ono awulira bubi olw'okuba teyasobola kugenda mu Yerusaalemi Empya. Singa yalina okukkiriza okumala mu Yerusaalemi Empya, yandibadde ne Mukama, n'omuweereza gwe yaweerezanga mu kanisa ye ku nsi kuno, ne ba memba bane abalala abaagalwa mu maaso eyo. Singa okukkiriza kwe yakwongeramu ko katono ku nsi kuno, yandiyingidde Yerusaalemi Empya, naye olw'obujeemu yafiirwa omukisa guno bwe gwamuweebwa.

Wabula ali mu kwebaza, era ng'akwatiddwako nnyo

olw'ekitiibwa ekimuweebwa mu Bwakabaka Obw'okusatu era bwati bwayogera. Nti musanyufu nnyo era yeebaza olw'okuba afunye ebintu ebirungi ng'empeera, nga tewali ku byonna kye yandifunye ku bubwe.

"Wadde saasobola kugenda mu Yerusaalemi Empya eyo awajjudde ekitiibwa kya Katonda Kitaffe olw'okuba nali situukiridde mu buli kimu, nina ennyumba yange mu Bwakabaka buno Obw'okusatu obulungi. Ennyumba yange nnene nnyo era nnungi nnyo. Wadde si nnenne nnyo bw'ogeraageranya ne nnyumba ya Yerusaalemi Empya, nnaweebwa ebintu bingi nnyo ebirungi era ensi by'etasobola wadde okukubyaamu akafaananyi.

Sirina kye nkoze. Sirina kye mpaddeyo. Sirina kyenkoze kiri awo nti kiyamba nnyo. Era sirina kyenkoledde Mukama kisanyusa. Naye, ekitiibwa kye nina wano kinene nnyo nti nina kwebaza bwebaza. Nneebaza Katonda olw'okunzikiriza okubeera mu kifo ekisingayo obulungi mu Bwakabaka Obw'okusatu mu ggulu ekyo n'akyo nkimwebaliza nnyo."

Abantu Abalina Okukkiriza Okw'abajjulizi

Ng'omuntu ayagala ennyo Katonda era n'atukuzibwa mu mutima gwe bw'asobola okuyingira Obwakabaka Obw'okusatu, osobola okuyingira wakiri mu Bwakabaka Obw'okusatu bw'oba n'okukkiriza okw'abajjulizi okwo mw'osobolera okuwaayo buli kimu, n'obulamu bwo, olwa Katondad.

Ba memba b'ekanisa z'abakristaayo ez'asooka abo abaali bakuumye okukkiriza okutuuka lwe basalwako emitwe, abalala n'ebaliibwa empologoma mu kitundu kye Coliseum ekisangibwa mu Looma, oba abalala ne bayokyebwa, bajja kufuna empeera z'abajjulizi mu ggulu. Si kyangu okufuuka omujjulizi ng'obonyaabonyezebwa mu ngeri embi ennyo n'okuyigganyizibwa.

W'oli abantu abakwetoolodde bangi, abatakuuma lunaku lwa Mukama nga lutukuvu oba abasuula eri obuvunaanyizibwa bwabwe obwabaweebwa–Katonda olw'okuyayaana kwabwe okw'ensimbi. Abantu ab'ekika kino, abatasobola kugondera buntu butono bwe butyo, tebasobola kukuuma kukkiriza kwabwe mu mbeera enzibu eteeka obulamu bwabwe mu matigga, naddala okufuuka omujjulizi.

Bantu ba kika ki abalina okukkiriza okw'abajjulizi? B'ebo abalina emitima egy'amazima era egitakyukakyuka nga Danyeri mu Ndagaano Enkadde. Naye abo abalina emitima ebiri era nga beenoonyeza byabwe, era nga bekkiriranya n'ensi eno, baaba balina omukisa mutono ddala okufuuka abajjulizi.

Abo abasobolera ddala okufuuka abajjulizi balina okuba n'omutima ogutakyukakyuka ng'ogwa Danyeri. Yasigala mutuukirivu mu kukkiriza wadde yamanya nti ajja kusuulibwa mu kinnya ky'empologoma. Yakuuma okukkiriza kwe n'ekussaawa esembayo bwe yasuulibwa mu kinnya ky'empologoma olw'akakodyo k'abantu ababi. Danyeri teyava ku mazima kubanga omutima gwe gwali muyonjo era nga mutukuvu.

Kye kimu ne Stefano mu Ndagaano Empya. Yakubibwa amayinja bwe yali abuulira enjiri ya Mukama. Stefano naye yali musajja atukuziddwa nga yasabiranga n'abo abaali bamukuba amayinja wadde nga yali talina musango. Olwo Katonda ayinza kumwagala ky'enkana ki? Ajja kutambula ne Mukama olubeerera mu ggulu, era obulungi bwe n'ekitiibwa bijja kuba by'amaanyi nnyo. N'olwekyo, olina okukizuula nti ekintu ekisinga obukulu kwe kutuukiriza obuvunaanyizibwa bwo n'obutuukirivu obw'omutima.

N'olwekyo waliyo abantu batono ddala abalina okukkiriza okutuufu ensangi zino. Ne Yesu y'abuuza, *"Naye Omwana w'omuntu bw'alijja, aliraba okukkiriza ku nsi?"* (Lukka 18:8) Ng'oyinza okuba ow'omuwendo mu maaso ga Katonda bw'ofuuka omwana atukuziddwa ng'okuuma okukkiriza n'okusuula eri buli kika kya kibi kyonna ne mu nsi eno ejjudde obubi!

N'olwekyo, Nsaba mu linnya lya Mukama nti ojja kusaba obutakoowa era omutima gwo gusobole okutukuzibwa mangu, n'esunze okulaba ekitiibwa ne mpeera Katonda by'alibawa mu ggulu.

Essuula 10

Yerusaalemi Empya

1. Abantu mu Yerusaalemi Empya balaba Katonda Maaso ku Maaso
2. Bantu ba Kika ki Abagenda mu Yerusaalemu Empya?

Ne ndaba ekibuga ekitukuvu,
Yerusaalemi ekiggya,
nga kikka okuva mu ggulu
okuva ewa Katonda,
nga kitegekeddwa ng'omugole
ayonjereddwa Bba.
- Okubikkulirwa 21:2 -

Mu Yerusaalemi Empya, nga kye kifo ekisingirayo ddala obulungi mu ggulu era nga kijjudde ekitiibwa kya Katonda, eyo we wali Namulonndo ya Katonda, ennyumba amakula eza Mukama, n'Omwoyo Omutukuvu, n'ennyumba z'abantu abo abaasanyusa ennyo Katonda nga bebalina okukkiriza okusingirayo ddala.

Ennyumba mu Yerusaalemu Empya zitegekebwa mu ngeri esinga obulungi nga bannanyini mayumba ago bwa bagaagala gabeere. Okusobola okuyingira Yerusaalemi Empya, eyo awalungi era awatangalijja ng'ejjinja ery'omuwendo, era ogabane okwagala okwa ddala ne Katonda olubeerera, Oteekwa kufaananya mutima ne Katonda omutima omutukuvu, Naye olina n'okutuukiriza obuvunaanyizibwa bwo mu bujjuvu nga Mukama Yesu bwe yakola

Olwo, Yerusaalemi Empya kifo kya kika ki, era bantu ba kika ki abagendayo?

1. Abantu mu Yerusaalemi Empya balaba Katonda Maaso ku Maaso

Yerusaalemi Empya, era nga kiyitibwa ekibuga ky'eggulu ekitukuvu, n'akyo kirungi ng'omugole ayonjereddwa Bba. Abantu ababeerayo balina omukisa okusisinkana Katonda maaso ku maaso kubanga Namulondo Ye eri eyo.

Era kiyitibwa "ekibuga eky'ekitiibwa" kubanga ojja kufuna ekitiibwa okuva eri Katonda olubeerera bw'oyingira Yerusaalemi

Empya. Ebisenge bikolweddwa mu Yasepi, era kyo ekibuga kikoleddwa mu zaabu y'ennyini, nga bw'olaba giraasi. Kirina wankaaki ssatu, ku buli ludda lwakyo ebuva-njuba ebugwanjuba, mu maserengeta, n'ekyengulu waakyo waliyo bamalayika okukuuma ku buli wankaaki. Emisingi ekkumi n'ebiri egy'ekibuga giwundiddwa mu bika by'ebiwunda kkumi n'abibiri eby'enjawulo.

Wankaaki ekkumi n'ebbiri ezikoleddwa mu luulu mu Yerusaalemi Empya

Olwo ate, lwaki wankaaki ekkumi n'ebbiri ez'ekibuga Yerusaalemi ekiggya zikoleddwa mu luulu? Ekikuta kiguma okumala ebbanga ddene era n'ebakinyunyunta kyonna okukola luulu emu. Mu ngeri y'emu, olina okwegyako ebibi byo byonna, ng'obirwanisa okutuuka ku ssa ly'okuyiwa omusaayi era obeere mwesigwa okutuuka ku ssa ly'okufa mu maaso ga Katonda mu kuguma saako okwekomako. Katonda akoze wankaaki mu luulu kubanga olina okuwangula embeera yonna mu ssanyu okutuukiriza obuvunaanyizibwa obwakuweebwa Katonda wadde ng'oyita mu kakubo akafunda.

N'olwekyo, omuntu bwayingira Yerusaalemi Empya ng'ayita mu miryango gino egya luulu, akulukusa amaziga olw'essanyu n'okusanyuka. Yeebaza mu ngeri yonna gyasobola era n'ekitiibwa n'akiddiza Katonda oyo eyamukulembera okumutuusa mu Yerusaalemi Empya.

Era, lwaki Katonda yakola emisingi ekkumi n'ebiri nga giwundiddwa n'ebika by'ebiwunda ekkumi n'ebibiri eby'enjawulo? Kiri bwe kityo lwakuba omugate gw'emigaso egy'ebiwunda ekkumi n'ebibiri gwe mutima gwa Mukama ne Kitaffe.

N'olwekyo, olina okutegeera amakulu ag'omwoyo aga buli ekiwunda era otuukiriza amakulu gano mu mutima gwo okusobola okuyingira mu Yerusaalemi Empya. Nja kunyonyola mu bujjuvu amakulu ago mu kitabo *Eggulu II: Erijjudde Ekitiibwa kya Katonda.*

Ennyumba mu Yerusaalemi Empya Ziri mu Bumu Obutuukiridde era nga N'ebyokweroboza bingi

Ennyumba mu mu Yerusaalemi Empya z'ezino ezisangibwa mu lubiri naye nga zo nnene nnyo. Buli emu yeefaanana yokka okusinziira ku nnyiniyo kyayagala, era nga waliwo obumu obutuukiridde saako eby'okwerobozaamu bingi. Era, langi ez'anjawulo saako ettaala eziva mu biwunda ebyenjawulo zikuwuliza obulungi n'ekitiibwa ebitasobola kunyonyolekeka.

Abantu basobola okumanya buli n'annyini nnyumba nga bagitunuulira butunuulizi. Basobola okutegeera nnyini yo yasanyusa Katonda kyenkana ki bwe yali ng'akyali ku nsi nga batunula butunulizi ekitangaala ky'ekitiibwa saako ebiwunda eby'awunda ennyumba eyo.

Okugeza, ennyumba y'omuntu ey'afa ng'omujjulizi bwe yali ku nsi ejja kuba n'ebigiwunze saako eby'afaayo ebikwata ku mutima gwa nnyini yo wamu n'ebyo byatuseeko okutuuka lwe yatirimbulwa. Eby'afaayo biteekebwa ku kapande aka zaabu nga katangalijja nnyo. Kajja kuba kasoma, "Nnyini nnyumba eno yafuuka omujjulizi era n'atuukiriza okwagala kwa Kitaffe ng'enaku z'omwezi__ku lunaku __omwezi ogw'omwaka gwa

____."

Abantu ne bwe bakoma ku wankaaki, bajja kuba basobola okulaba ekitangaala eky'amaanyi ekiva mu kapande aka zaabu okwo ebyafaayo bya nnyini nyumba kwe banaaba babiwandiise, era abo bonna abakalaba bajja kuvunnama. Okuba omujjulizi kitiibwa ky'amaanyi era mpeera nnene, era kuba kwenyumiriza na ssanyu lya Katonda.

Olw'okuba teri bubi bwonna mu ggulu, abantu bakutamyako ku mitwe gyabwe nga tebalagiddwa okusinziira ku ddaala n'obungi Katonda bwayagalamu omuntu oyo. Era, ng'abantu bwe bawaamu abantu emidaali oba egy'okwebaza oba okukulisa obuwanguzi nga bajaguza olw'okutuuka kw'ekyo ekinene, Katonda naye awa omuddaali buli kinnomu nga bajaguza olw'okuweesa Katonda ekitiibwa. Osobola okulaba nti obuwoowo n'ekitangaala by'awukana okusinziira ku middaali egigabiddwa.

Era, Katonda ateera abantu bano ekintu mu nnyumba ekinaabajjukiza obulamu bwabwe obw'oku nsi. Ate era, ne mu ggulu osobola okulaba ebintu ebyaliwo ku nsi kuno ku kintu nga Ttivvi

Engule eya Zaabu oba Obutuukirivu

Bw'oyingira mu Yerusaalemi Empya, ojja kuweebwa ennyumba yo ey'obwannanyini n'engule eya zaabu, ne ngule ey'obutuukirivu bijja kuweebwa okusinziira ku bikolwa. Eno ye ngule esingayo ekitiibwa n'obulungi mu ggulu.

Katonda yennyini abo abayingira Yerusaalemi Empya y'abawa engule eza zaabu, era okwetoloola Namulondo wabaawo abakadde abiri mu bana nga balina engule eza zaabu.

Entebe ey'obwakabaka yali yeetooloddwa entebe ez'obwakabaka amakumi abiri mu nnya, ne ku ntebe kwaliko abakadde abiri mu bana nga batudde, nga bambadde engoye enjeru, ne ku mitwe gyabwe engule eza zaabu (Okubikkulirwa 4:4).

"Abakadde" wano tekitegeeza bino ebitiibwa ebigabibwa mu kanisa z'oku nsi kuno, naye abo abatuufu mu maaso ga Katonda era abakkirizibwa Katonda. Baba batukuziddwa era nga batuukiriza yeekaali mu mitima gyabwe wamu n'eyo yeekaalu erabibwako kungulu. "Okutuukiriza yeekaalu mu mutima gwo" kitegeeza omuntu okufuuka omuntu ow'omwoyo nga yegyako ebika by'ebibi byonna. Okutuukiriza yeekaalu erabibwa ey'okungulu kitegeeza okutuukiriza obuvunaanyizibwa obuvunaanyizibwa obw'oku nsi eno.

Omuwendo "abiri mu-bana" guyimirirawo ku lw'abantu bonna abayingidde wankaaki z'obulokozi olw'okukkiriza ng'ebika by'abaana ba Yisiraeri ekkumi n'ebibiri n'okufuuka abatukuziddwa ng'abayigirizwa ekkumi n'ababiri aba Yesu Mukama. N'olwekyo, "abakadde abiri-mw'abana" kitegeeza abaana ba Katonda abo abaakakasibwa Katonda era nga beesigwa mu byonna mu nnyumba ya Katonda.

N'olwekyo, abo abalina okukkiriza okulinga okwa zaabu okutakyukakyuka bajja kufuna engule eza zaabu, era abo abe'esunga okudda kwa Mukama ng'omutume Paulo bajja kufuna engule ey'obutuukirivu.

Nnywanye okulwana okulungi, olugendo ndutuusizza, okukkiriza nkukuumye, ekisigaddeyo. Entererekeddwa engule ey'obutuukirivu, Mukama waffe gy'ali mpeera ku lunaku luli, asala emisango egy'ensonga, so si nze nzekka naye era ne bonna abaagala okulabika kwe (2 Timoseewo 4:7-8).

Abo abeesunga okudda kwa Mukama kitegeeza baba batambulira mu kitangaala n'amazima, era bajja kufuuka omukutu omulungi ogutegekeddwa era abagole ba Mukama. N'olwekyo, bajja kufuna engule nga bwe basaanidde.

Omutume Paulo eky'okumuyiganya teyakiwulira nti kimussuseeko wadde ekizibu kyonna, wabula yagenda bugenzi mu maaso n'okugaziya obwakabaka bwa Katonda era n'atuukiriza Obutuukirivu Bwe mu buli kye yakolanga. Yalaganga ekitiibwa kya Katonda eky'amaanyi buli weyalaganga era ng'agenda n'amaanyi ge saako okugumira embeera yonna. Yensonga lwaki Katonda ategekedde Paulo Omutume engule ey'obutuukirivu. Era ajja kugiwa n'abo bonna abalindiridde okudda kwa Mukama nga ye bwe yali.

Buli Okw'egomba okuli mu Mitima Gyabwe Kujja Kutuukirizibwa

Kye wali otegesa mu mutima gwo ku nsi kuno, kye wali oyagala naye n'okyerekereza olwa Mukama – Katonda ajja kubikuwa byonna ng'empeera ennungi mu Yerusaalemi Empya.

N'olwekyo, ennyumba mu Yerusaalemi Empya zirina buli kimu kye wali oyagala okuba oba okufuna, osobole okukola kyonna kye wali oyagala. Ennyuma zimu ziriko ennyanja ekisobozesa nnyini zo okwevugamu mu lyato, endale zirina n'ebibira mwe bayinza okwetambulirako. Abantu basobola n'okunyumyamu n'abagalwa baabwe nga bwe banywa ku kaccaayi mu nsonda emu ey'ennimiro ennungi ennyo. Waliwo ennyumba okuli obusubi obulungi nga bulimu ebimuli ebirungi, abantu basobola okutambuliramu oba okuyimba n'enyonyi ezitali zimu n'ebisolo ebirungi.

Mu ngeri eno, Katonda akoze eggulu na buli kimu kye wali oyagala okuba n'akyo mu nsi nga tewali kibulayo kyonna. Olowooza onookwatibwako kyenkana ki bw'onoolaba bino byonna Katonda byakutegekedde mu bwegendereza?

Mu butuufu, okuyingira obuyingizi Yerusaalemi Empya kyokka ebeera nsibuko ya ssanyu. Ojja kubeera mu ssanyu eritakyukakyuka, ekitiibwa, n'obulungi olubeerera. Ojja kuba ojjula essanyu n'okunyumirwa bw'otunula wansi, n'otunula waggulu, na wonna w'onootunula.

Abantu bawulira eddembe, okukakkana, n'omutima okubaba awama bwe babeera obubeezi mu Yerusaalemi Empya. Katonda gyakoledde abaana Be abo bayagala ennyo, era buli kasonda kaayo kajjudde okwagala Kwe.

N'olwekyo, buli ky'okola – oba oli mu kutambula, owummuddemu, ozanyamu, oli mu kulya, otambula, oyogera n'abalala – ojja kuba ojjudde essanyu n'okusanyuka. Emiti, ebimuli, ebisubi, n'ensolo byonna bisanyusa era birabika bulungi, era ojja kuwulira ekitiibwa n'omuwendo okuva ku bisenge by'enyumba amakula, engeri gye biwundidwamu, n'ebyo ebiri mu nnyumba.

Mu Yerusaalemu Empya, okwagala kwa Katonda Kitaffe

kulinga amazzi agatumbiira mu bbanga era ojja kujjuzibwa essanyu ery'olubeerera, okwebaza, n'essanyu.

Okulaba Katonda Maaso ku Maaso

Mu Yerusaalemi Empya, eyo ewali ekitiibwa ekisingirayo ddala, obulungi, n'essanyu, osobola okusisinkana Katonda maaso ku maaso era n'otambula ne Mukama, era ng'osobola okubeera n'abantu b'oyagala ennyo emirembe n'emirembe.

Naawe ojja kuba weegombebwa si kuva wa bamalayika bokka n'abo abakyaza mu ggulu, wabula n'okuva mu bantu bonna mu ggulu. Era, Bamalayika bo gwe wekka bajja kukuweereza nga balinga abaweereza Kabaka, ng'osisinkana buli ky'oyagala ne bye weetaaga nga bwoyagala. Bw'oba oyagala kubuuka mu bbanga, ekire kyo ekitambula kijja kujja era kiyimirire ku bigere byo. Bw'okirinyamu, ojja okugenda mu bbanga nga bw'oyagala, oba osobola n'okukivugira ku ttaka.

N'olwekyo bw'oyingira Yerusaalemi Empya, osobola okulaba Katonda maaso ku maaso, n'obeera n'abo b'oyagala ennyo olubeerera, era ne byeweegomba obifunirawo mu ddakiika eyo. Osobola n'ebyo byonna by'oyagala, era oyisibwe ng'omulangira oba omumbejja be batunyumiza mu ngero.

Okwenyigira mu Mbaga z'omu Yerusaalemi Empya

Mu Yerusaalemi Empya, watera okubaayo embaga. Olumu Kitaffe yaba ataddewo embaga eyo, olulala Mukama yaba ategese oba Omwoyo Omutukuvu. Osobola okuwulira essanyu ly'obulamu obw'omu ggulu okuyita mu mbaga zino. Owulira nga buli kimu w'ekiri mu bungi, owulira eddembe, obulungi, n'essanyu okutunula obutunuzi ku mbaga zino.

Bwe weetaba mu mbaga zino ezitegekeddwa Kitaffe, ojja kwambala olugoye lwo olusingayo era waba wawundiddwa bulungi nnyo, n'olya era n'onywa emmere esingayo n'ebyokunywa. Era ojja kunyumirwa ennyimba ennungi, okutendereza saako amazina. Osobola okulaba ba malayika nga bazina, oba olumu gwe kennyini osobola okuzina okusanyusa Katonda.

Ba malayika baba balungi nnyo era ng'abatuukiridde mu bukodyo, naye Katonda asinga kwagala eryo evvumbe eriva mu baana Be abatuufu abamanyi omutima Gwe n'okwagala okuva ku ntobo y'emitima gyabwe.

Abo abaaweereza nga mu kusinza Katonda ku nsi eno, era n'abo bajja kuweereza mu mbaga ezo okwongera okunyumisa omukolo, era n'abo abaatenderezanga Katonda mu ttendo wamu n'okuzina saako okkuzannya bajja kukola kye kimu ku mbaga zino.

Ojja kwambala oluguye oluwewufu nga luweewera nga lulimu ebimuli bingi, n'engulu empitirivu obulungi, era nga weewunze n'ebyokwewunda ebyakayakana. Era, ojja kutambulira ku kire oba ekigaali ekya zaabu ekiwerekeddwako bamalayika okugenda ku mbaga. Omutima gwo tegukuba olw'esanyu eriva ku kulowooza ku bino byonna?

Omukolo Oguba ku Mmeeri eri ku Nnyanja Efaanana nga Giraasi

Mu nnyanja y'eggulu ennungi ennyo mwe mukulukutira amazzi amatangaavu ennyo era amayonjo agalinga ejjinja ery'omuwendo eritaliiko kamogo konna. Amazzi ag'ennyanja eya bbululu galina amayengo agakuba empololampola olw'empewo egafuuwa empolampola, era matangaavu bulungi. Ebyenyanja bingi biwugira mu mazzi gano amatangaavu obulungi, era abantu bwe babisemberera, bibaaniriza nga bikuba ebiwawatiro bya byo nga bwe byatula okwagala kwabyo.

N'eby'omunyanja ebirala ebyakula ng'ekikopo naye nga biriko obuntu ng'obugulu bungi, biba ne langi nnyingi era bidda mu bibinja n'ebitandika okwesuuba erudda n'erudda mpolampola. Buli lwe by'esuuba, biba bifulumya ekitangaala ekirungi ekiva mu langi z'abyo ez'enjawulo. Wabula biba birabika bulungi! Waliyo obuzinga obutonotono bungi mu nnyanja, era n'abwo bulabika bulungi nnyo. Era, emmeeri ennene ennyo ng'eyali mu "tayitaniki" ebeera eseeyeeyeza okumpi awo era ku mmeri kuno kwe bateeka embaga zino.

Emmeeri zino zibaamu buli kimu omuli aw'okusula awulungi ennyo, aw'okuzanyira emizannyo, ekidiba omuwugirwa, n'ekisenge omuzinirwa, abantu mwe basobolera okweyagalira nga bwe baagala.

Okukuba obukubya akafaanalyi ak'emikolo gyonna egy'oku mmeeri, egyo egisinga obunene, nga giwundiddwa bulungi, wamu ne Mukama n'abo b'oyagala ennyo ddala kiba kiyitirivu

2. Bantu ba Kika ki Abagenda mu Yerusaalemu Empya?

Abo abalina okukkiriza ng'okwa zaabu, abalindirira okudda kwa Mukama, era abo abeetegeka ng'abagole ba Mukama be bajja okuyingira Yerusaalemi Empya. Olwo, olina kuba muntu wa kika ki okusobola okuyingira mu Yerusaalemi Empya eyo awatangalijja era awalungi ng'ejjinja ery'omuwendo era nga wajjudde ekitiibwa kya Katonda?

Abantu abalina Okukkiriza Okusanyusa Katonda

Yerusaalemi Empya kye kifo ky'abo abalina okukkiriza okw'omutendera ogw'okutaano – abo abatakoma kutukuza mitima gyabwe gyokka mu bujjuvu, wabula n'okuba ab'esigwa mu byonna mu nnyumba ya Katonda.

Okukkiriza okusanyusa Katonda kye kika ky'okukkiriza Katonda kya beererako omumativu n'aba ng'ayagala okutuukiriza buli kwagala n'okuyaayaana abaana Be kwe baba n'akwo nga tebannasaba na kubisaba.

Olwo, oyinza otya okusanyusa Katonda? Nja kukuwa eky'okulabirako. Katugambe taata w'abavubuka babiri akomyewo okuva okukola, n'agamba batabani be bano ababiri nti muyala. Mutabani we asooka, amanyi nti kitaawe ayagala nnyo soodda, aleeta kitaawe egiraasi ya ssooda gwasinga okwagala owa kkooka oba Sprite. Era, mutabani we n'anyiganyiga kitaawe amumaleko obukoowu, wadde nga kitaawe yabadde tagisabye.

Kyokka oli, mutabani we ow'okubiri kitaawe n'amuleetera buleetezi mazzi era n'addayo mu kisenge kye. Olwo, ku baana be bano ababiri ani ayinza okusanyusa ennyo kitaawe, oyo ategeera omutima gwa kitaawe?

Ekitali ku mwana oli eyaleetera kitaawe obuleetezi egiraasi y'amazzi olw'okwagala okugondera ekigambo kye, Kitaabwe, ateekwa okuba yasanyusibwa nnyo mutabani we eyamuleetera egiraasi ya ssooda kooko gwe yali awoomerwa era n'amunyiga

221

n'okumunyiga amumaleko obukoowu nga takimusabye.

Mu ngeri y'emu, enjawulo wakati w'abo abali mu Bwakabaka Obw'okusatu n'abo aba Yerusaalemi Empya eri mu bantu gye bakoma okusanyusa omutima gwa Katonda kitaffe era ne baba beesigwa okusinziira ku kagala kwa Katonda.

Abantu ab'Omwoyo Omulamba n'Omutima gwa Mukama

Abo abalina okukkiriza okusanyusa Katonda bajjuza emitima gyabwe n'amazima gokka, era baba beesigwa mu byonna mu nyumba ya Katonda. Okuba omwesigwa mu byonna mu nnyumba ya Katonda kitegeeza okutuukiriza obuvunaanyizibwa okusinga omuntu kyasuubirwamu okukola n'okukkiriza kwa Kristo Yennyini, oyo eyagondera okwagala kwa Katonda okutuuka n'okufa, nga tafudde na ku bulamu bwe.

N'olwekyo, abo abeesigwa mu byonna mu nnyumba ya Katonda tebakola mirimu na kumanya kwabwe saako endowooza yaabwe wabula n'omutima gwa Mukama, omutima ogw'omwoyo. Paulo anyonnyola omutima gwa Mukama Yesu mu Bafiripi 2:6-8.

> *[Kristo Yesu], oyo bwe yasooka okubeera mu kifaananyi kya Katonda, teyalowooza kintu ekyegombebwa okwenkanankana ne Katonda, naye yeggyako ekitiibwa bwe yatwala engeri y'omuddu, n'abeera mu kifaananyi ky'abantu era bwe yalabikira mu mutindo ogw'obuntu ne yeetowaoza nga muwulize okutuusa okufa, era okufa okw'oku musalaba.*

Olwa kino, Katonda yamusitula, n'amuwa erinnya erisinga amannya, era n'amutuuza ku mukono ogw'addyo ogwa Namulondo ya Katonda n'ekitiibwa, era N'amuwa obuyinza nga "Kabaka wa bakabaka" era "Mukama wa bakama."

N'olwekyo, nga Yesu bwe yakola, olina okuba ng'osobola okugondera okwagala kwa Katonda awatali kakwakkulizo konna okusobola okuba n'okukkiriza okukuyingiza Yerusaalemi Empya. N'olwekyo oyo asobola okuyingira Yerusaalemi Empya aba alina okutegeera n'obuziba bw'omutima gwa Katonda. Omuntu ow'ekika kino asanyusa Katonda kubanga mwesigwa okutuuka ku ssa ly'okufa naye ng'agoberera okwagala kwa Katonda.

Katonda atereza abaana Be okubasobozesa okuba n'okukkiriza okulinga zaabu basobole okuyingira Yerusaalemi Empya. Ng'omusimi wa zaabu bw'abeera mu kw'oza n'okusengejja okumala ebbanga ddene ng'anoonya zaabu, Katonda akuumidde amaaso Ge ku baana Be nga bwe bakyuka okufuuka emyoyo emirungi nga booza ebibi byabwe n'ekigambo kya Katonda. Buli lwasanga omwana We alina okukkiriza okwa zaabu, asanyuka ng'ajaguza olw'obulumi, ennaku byagumira okutuukiriza enteekateeka Ye ey'okutekateeka omuntu ku nsi.

Abo abayingira Yerusaalemi Empya be baana ba Katonda abatuufu b'aba Afunye olw'okulindira ebbanga eddene okutuuka lwe baakyusa emitima gyabwe ne gifuuka ng'emitima gya Mukama era ne batuukiriza n'Omwoyo Omulamba. Baba bamuwendo nnyo eri Katonda era Ajja ku baagala nnyo. Yensonga lwaki Katonda atukubiriza, *"Era Katonda ow'emirembe yennyini abatukulize ddala; era omwoyo gwammwe n'obulamu n'omubiri byonna awamu bikuumibwenga awatali kunenyezebwa mu kujja kwa Mukama waffe Yesu Kristo"* mu 1

Basasselonika 5:23.

Abantu Okutuukiriza Obuvunaanyizibwa bw'Omujjulizi ne ssanyu.

Okuba Omujjulizi ye muntu okuwaayo obulamu bwe. N'olwekyo, kyetaagisa obuvumu obugumidde n'okwewaayo kwa maanyi. Ekitiibwa n'okuwulira emirembe omuntu bya beeramu oluvanyuma lw'okuwaayo obulamu bwe okusobola okutuukiriza okwagala kwa Katonda, nga Yesu bwe yakola, kizibu n'okubirowoozaako.

Kituufu, omuntu ayingira Obwakabaka Obw'okusatu ne Yerusaalemi Empya baba n'okukkiriza nga basobola okufuuka abajjulizi, naye oyo afuukira ddala omujjulizi ekitiibwa ky'afuna kiba wala nnyo. Bw'oba nga toli mu mbeera ekufuula mujjulizi, olina okuba n'omutima gw'omujjulizi, otuukirize okutukuzibwa, era otuukiriza obuvunaanyizibwa bwo mu bujjuvu okusobola okufuna empeera y'omujjulizi.

Lumu Katonda yandaga ekitiibwa ky'omuweereza w'omu kanisa yange ky'anaafuna mu Yerusaalemi Empya singa anaatukiriza obuvunaanyizibwa bwe obw'omujjulizi.

Bw'anaatuuka mu ggulu ng'amaze okutuukiriza obuvunaanyizibwa bwe, ajja kukulukusa amaziga agataggwayo ng'atunuulira ennyumba ye nga bwe yeebaza Katonda olw'okwagala Kwe. Ku wankaaki ye nnyumba ye, waliwo ennimiro ennene omuli ebika by'ebimuli bingi, emiti n'ebiwunde ebirala bingi. Okuva ku nnimiro okutuuka ku nnyumba ennene waliyo oluguudo olwa zaabu n'ebimuli ebitendereza ebyo Mukama wabyo by'atuuseeko era bimuwuliza bulungi n'obuwoowo obulungi.

Era, ebinyonyi ebirina ebiwawaatiro ebya zaabu biba byakayakana n'emiti emirungi giyimirira mu nnimiro. Bamalayika bangi, n'ebisolo byonna, saako ebinyonyi byonna bitendereza ebyo byafunye ng'omujjulizi era ne bimwaniriza, era bwatambulira ku kkubo erijjudde ebimuli, okwagala kwe eri Mukama kufuuka evvumbe eddungi. Bulijjo ajja kwebazanga obutalekaayo okuva mu mutima gwe.

"Katonda ddala yanjagala era n'ampa omulimu omulungi! Yensonga lwaki nsobola okubeera mu Kwagala kwa Kitaffe!"

Munda mu nyumba, ebiwunde ebirala ebirungi bingi biba bitonye ebisenge, era ekitangaala ekimyufu ennyo ng'omusaayi n'ekitangaala ekya bbululu ayaka obulungi ebitatera kusangika. Ekitangaala ekimyufu kiraga nti yatuukiriza amaanyi g'okwagala okuwaayo obulamu bwe n'okwagala okw'amaayi kwe yalina nga Paul omutume bwe yali. Ate bbululu kiraga omutima ogutakyukakyuka era omwesimbu ogwagala okukuuma amazima okutuuka ku ssa ly'okufa. Bino bya kumujjukiza bwe yatambula ng'omujjulizi.

Ku bisenge eby'ebweru kuliko ebiwandiiko ebiwandiikiddwa Katonda Yennyini. Biba byogera ku budde nnyini nnyumba mwe yabeerera mu kugezesebwa, ddi na ngeri ki bwe yafuuka omujjulizi, era na mbeera ki mweyatuukiriza okwagala kwa Katonda. Abantu abalina okukkiriza bwe bafuuka abajjulizi, batendereza Katonda oba olumu boogera ebigambo ebiddiza Katonda ekitiibwa. Ebyo ebyayogerwa biwandiikibwa ku bisenge.

225

Eggulu I

Ebiwandiiko ebyo bibeera bitangalijja nti bwobitunulako wenna omegerera era n'ojjula essanyu ng'obisoma nga bw'otunuulira n'ekitangaala ekibivaamu. Kale banange biba bisanyusa nnyo kubanga Katonda kitangaala yennyini Ye yabiwandiikako! N'olwekyo, buli akyalako mu nnyumba ye ajja kuvunnama mu maaso g'ebiwandiiko ebyo ebiwandiikiddwa Katonda yennyini!

Mu bisenge by'omu ddiiro mulimu ebipande bingi ebikubiddwako ebifaananyi. Ebifaananyi bino biraga engeri nnyini nnyumba gye yeeyisaamu okuva lwe yesisinkana Mukama –nga bwe yayagala Mukama, ne mirimu gye yakola n'omutima gwe yalina mu kiseera ekyo.

Era, mu nsonda emu ey'ennimiro mulimu ebyuma bingi eby'emizannyo nga bikoleddwa mu bintu ebirungi ennyo nga bitoneddwa bulungi nnyo ebitasobola kwenkanika mu nsi eno. Katonda abikoze okumubudaabuda kubanga yayagalanga nnyo eby'emizannyo, naye n'abyerekereza olw'obuweereza. Obuuma obukwatibwa mu mikono okukola obunyama tebukolebwa mu byuma ng'ebyo ku nsi kuno wabula bwo bukolebwa Katonda nga butoneddwa mu ngeri ey'enjawulo. Bwo buba ng'obuyinja obw'omuwendo nga bumasamasa bulungi. Ate ekisese, obuuma obwo obuzito bwabwo bwanjawulo okusinziira ku muntu abukozesa. Obuuma nga buno tebukozesebwa muntu kukola nnyama oba okulabika obulungi, naye bubeerawo ng'ekijjukizo okuwuliza omuntu obulungi.

Olowooza anaawulira atya ng'alaba ebintu bino byonna Katonda by'amutegekedde? Yalina okwerekereza byonna olwa Mukama, naye kati omutima gwe gubadaabidibwa, era ali mukwwebaza olw'okwebaza kwa Katonda Kitaffe.

Tasobola na kulekayo kwebaza na kutendereza Katonda nga

bwakulukusa amaziga kubanga Omutima gwa Katonda ogufaayo gw'amutegekera byonna bye yali ayagadde, nga talina na kimu kye yalekayo.

Abantu b'aba Bumu ne Mukama wamu ne Katonda mu Byonna

Mu Yerusaalemi Empya, Katonda yandaga, ennyumba ey'enkana ng'ekibuga ekinene. Yali yeewunyisa nnyo nti n'agitunuulira nneneewunyisa okukamala obunene bwayo n'obulungi saako okuwundibwa.

Ennyumba eno ennene eriko wankaaki kkumi n'abbiri, nga ku buli luuyi lwayo waliyo wannkaaki ssatu, mu mambuka gaayo, mu maserengeta, buva njuba, n'ebugwa njuba waayo. Wakati we wali ennyumba ey'akalina amakula ngeriko emyaliriro esatu, ewundiddwa ne zaabu yennyini n'amayinja ag'omuwendo ag'ebika byonna.

Ku mwaliriro ogusooka, waaliwo ekisenge ekinene ennyo ng'amaaso go tegayinza ku kimalayo, kyokka nga mulimu n'ebisenge ebirala ebiyinza okukozesebwa ebirala. Bikozesebwa ng'ebifo awategekerwa embaga oba okukung'aniramu. Ku mwaliriro ogw'okubiri we wali ebisenge ewakuumirwa n'okwolesa engule, engoye, n'ebijjukizo, era nga waliwo n'ekifo aw'okulabira bannabbi. Omwaliriro ogw'okusatu gwo webasisinkanira Mukama n'okugabana okwagala.

Okwetooloola ennyumba eno waliwo ebisenge ebijjudde ebimuli ebirungi ennyo ebivaamu obuwoowo obuwunya obulungi ennyo. Omugga ogw'amazzi ag'Obulamu gukulukuta nga gwetooloola ennyumba mu kimpowooze, era waggulu w'omugga waliyo entindo ez'ebire ezakula ng'ennukuta 'C' nga zirina langi za musoke.

Mu nnimiro ebika by'ebimuli bingi, emiti n'ebisubi bigyayo obulungi bw'ekifo. Ku ludda olulala olw'omugga waliyo ekibira ekinene ennyo kyotasobola n'akuteebereza.

Era waliyo n'ekifo awasanyukirwa nga mulimu ebigaali bingi ng'ebyo ebyakula nga eggaali y'omukka, eby'akula ng'amaato nga bikoleddwa mu zaabu, n'ebirala nga bitoneddwa mu zaabu. Biba bivaamu ekitangaala ekisanyusa bwe baba nga babikozesa. Ate era mu kifoekyo awasanyukirwa mulimu ekkubo erijjudde ebimuli, era nga waggulu w'oluguudo olwo waliwo ekifo ebisolo we bizanyira mu ddembe nga bw'olaba olwera wano ku nsi.

Ng'ogyeko bino, waliwo ennyumba endala nnyingi n'ebizimbe eziwundiddwa obulungi n'abitona eby'enjawulo era nga bino bivaamu ekitangaala ekirungi ekitategerekeka bulungi nga kimyansa mu kifo kyonna. Okumpi ne nnimiro, waliwo n'ebiyiririro, era emabega w'olusozi we wali ennyanja, emmeeri ennene ng'eya Tayitaniki mw'eseeyeeyeza. Bino byonna biri mu nnyumba emu eyo, ndowooza naawe olaba obunene n'obugazi bw'ennyumba eyo.

Ennyumba eno ey'enkana ng'ekibuga ekiramba, kifo kya byabulambuzi mu ggulu, era abantu bangi bajja okugyerabirako si ba mu Yerusaalemi Empya bokka, wabula n'abo abava wonna mu ggulu. Abantu beeyagalirayo nnyo era ne bagabana okwagala kwa Katonda. Era, bamalayika abatabalika baweereza nnyini nyumba eyo, ne bagirabirira n'ebigirimu byonna, ne bagoberera ekire nnyini yo mwatambulira, era ne batendereza Katonda n'okuzina wamu n'okukuba ebivuga. Buli kimu kitegekeddwa okusobola okuwa essanyu erisingirayo ddala.

Katonda ategese ennyumba eno kubanga nnyini yo awangudde buli kika kya kigezo n'okugezesebwa n'okukkiriza, essuubi n'okwagala, era akulembedde abantu bangi nnyo eri ekkubo ery'obulokozi n'ekigambo eky'obulamu n'amaanyi ga Katonda, ng'ayagala Katonda okusooka era okukkira ekintu kyonna.

Katonda kwagala ajjukira okufuba kwo kwonna n'amaziga era n'akusasula okusinziira ku ky'okoze. Era ayagala abe Bumu na buli muntu ne Mukama alina okwagala-okuwa obulamu era n'okufuuka abakozi b'omwoyo abakulembera abantu abatabalika eri ekkubo ery'obulokozi.

Abo abalina okukkiriza okusanyusa Katonda beebasobola okuba obumu Naye ne Mukama okuyita mu kwagala kwabwe – okuwa obulamu kubanga tebakoma kufaananya Mukama mutima era ne batuukiriza omwoyo omulamba, wabula bawaayo n'obulamu bwabwe okufuuka abajjulizi. Abantu bano bagalira ddala Katonda ne Mukama mu mazima. Era eggulu ne bwe litandibaddeyo, tebejjusa wadde okuwulira ng'abafiirwa olw'ekyo kye beeyagaliramu oba okutwala wano ku nsi. Kiwulikika bulungi nnyo mu mitima gyabwe okuba nti batambulira mu kigambo kya Katonda n'okukolera Mukama.

Kituufu, abantu abalina okukkiriza okutuufu babeera n'essuubi okufuna empeera Mukama z'ali bawa mu ggulu nga bwe kyawandiikibwa mu Baebulaniya 11:6, *"Era awataba kukkiriza tekiyinzika kusiimibwa; kubanga ajja eri Katonda kimugwanira okukkiriza nga Katonda waali, era nga ye mugabi w'empeera eri abo."*

Wabula, eri bbo tebafaayo oba bali mu ggulu oba nedda, oba waliyo empeera oba teri kubanga waliyo ekintu ekibasingira omuwendo. Bawulira ng'okusisinkana Katonda Kitaffe ne Mukama kye kisinga okubawa essanyu, oyo nga gwe basinga okwagala. N'olwekyo, okuba nti tebasobola kusisinka Katonda Kitaffe ne Mukama kiba kya nnaku nnyo gye bali okusinga obutafuna mpeera oba obutabeera mu ggulu.

Abo abalaga okwagala kwabwe okutafa eri Katonda ne Mukama nga bawaayo obulamu bwabwe obulamu bw'eggulu obulungi ne bwe butandibaddeyo babeera bumu ne Kitaffe ne Mukama omugole waabwe okuyita mu kwagala kwabwe okugaba-obulamu. Ng'ekitiibwa ne ngule Katonda by'abategekedde bijja kuba by'amaanyi!

Omutume Paulo, eyeesunga okulabika kwa Mukama era n'eyeemalira ku mirimu gya Mukama era n'akulembera abantu bangi eri obulokozi, ayogera bwati:

> *Kubanga ntegeeredde ddala nga newakubadde okufa, newakubadde obulamu, newakubadde bamalayika, newakubadde abafuga, newakubadde ebiriwo, newakubaddee ebigenda okubaawo, newakubadde amaanyi, newakubadde obugulumivu, newakubadde okugenda wansi, newakubadde ekitonde kyonna ekirala, tebiiyinzenga kutwawukanya na kwagala kwa Katonda okuli mu Kristo Yesu Mukama Waffe* (Abaruumi 8:38-39).

Yerusaalemi Empya kye kifo ky'abaana ba Katonda abali obumu ne Kitaffe Katonda okuyita mu kwagala okw'ekika kino. Yerusaalemi Empya ennungi ng'ejjinja ery'omuwendo, eyo awajja okuba essanyu eritayogerekeka, erikulukuta obukulukusi, kiri mukutegekebwa mu ngeri eyo.

Katonda Kitaffe Kwagala ayagala buli muntu obutakoma ku kulokoka bulokosi, wabula n'okufaananya obutuukirivu Bwe saako okutuukirira basobole okujja mu Yerusaalemi Empya.

N'olwekyo Nsaba mu linnya lya Mukama nti ojja kutegeera nti Mukama Oyo eyagenda mu ggulu ali mu kukutegekera ebifo eby'okubeeramu, era akomawo mangu era otuukirize omwoyo omulamba w'ekuume nga toliiko bbala lyonna osobole okufuuka omugole asobola okugamba nti, "Komawo mangu, Mukama Yesu."

Ebifa ku Muwandiisi:
Dr. Jaerock Lee

Dr. Jaerock Lee Yazaalibwa Muan, ekisangibwa mu ssaza lye Jeonnam, mu Nsi ye Korea, mu mwaka gwa 1943. Ng'ali mu myaka amakumi abiri, Dr. Lee yabonaabona n'endwadde nnyingi ez'olukonvuba okumala emyaka musanvu era ng'alinda bulinzi kufa awatali ssuubi lya kuwona. Wabula lumu mu biseera eby'omusana mu mwaka gwa 1974, yatwalibwa mwannyina mu kanisa era bwe yafukamira wansi okusaba, amangu ago Katonda Omulamu n'amuwonya endwadde ze zonna.

Okuva Dr. Lee bwe yasisinkana Katonda Omulamu okuyita mu ngeri ennungi bw'etyo, ayagadde Katonda n'omutima gwe gwonna era n'amazima, era mu mwaka gwa 1978 yayitibwa okuba omuweereza wa Katonda. Yasaba n'amaanyi ge gonna asobole okutegeera obulungi okwagala kwa Katonda, alyoke akutuukirize mu bujjuvu era agondere Ebigambo bya Katonda byonna. Mu 1982, yatandika ekanisa eyitibwa Manmin Central Church esangibwa mu kibuga Seoul, eky'omu nsi ye Korea, era eby'amagero bya Katonda ebitabalika, omuli okuwonya okw'ebyamagero bizze bibeerawo mu kanisa ye.

Mu 1986, Dr. Lee yatikkirwa ku mukolo Annual Assembly of Jesus ogwali mu Sungkyul Church of Korea, n'afuuka omusumba era oluvanyuma lw'emyaka ena mu mwaka gwa 1990, obubaka bwe bwatandika okuzanyibwa ku butambi mu nsi ya Australia, Russia, Philippines, n'ensi endala nnyingi ku mikutu nga Far East Broadcasting Company, Asia Broadcast Station, ne Washington Christian Radio System.

Nga wayise emyaka essatu mu 1993, Manmin Central Church yalondebwa okuba "emu ku kanisa 50 ezikulembedde mu nsi yonna" nga bino byafulumizibwa aba *Christian World* magazine (ng'efulumira mu Amerika) era n'afuna ekitiibwa ky'obwa Dokita mu By'eddiini okuva mu ttendekero eriyitibwa Christian Faith College, eky'omu kibuga Florida, ekisangibwa mu Amerika, era mu 1996 yaweebwa eky'obwa ssabakenkufu mu ttendekero lye Kingsway Theological Seminary, eky'omu kibuga Iowa, mu Amerika.

Okuva omwaka gwa 1993, Dr. Lee akulembeddemu okutambuza enjiri mu nsi yonna okuyita mu kuluseedi ennyingi z'akubye emitala w'amayanja nga kuluseedi eyali e Tanzania, Argentina, L.A., Baltimore City, Hawaii, ne New York City eky'omu Amerika, Uganda, Japan, Pakistan, Kenya, Philippines, Honduras, India, Russia, Germany, Peru, Democratic Republic of the Congo, Israel, ne Estonia. Mu 2002 empapula ez'amaanyi mu Korea z'amuyitanga "omusumba ow'ensi yonna" olw'emirimu gye mu nsi ez'enjawulo gye yakubanga Kuluseedi ennene ennyo.

Mu gw'okusatu 2017, Manmin Central Church ebadde eweza ba memba abassuka mu 120,000. So nga erina amatabi g'ekanisa amalala 11,000 agali mu Korea n'emu nsi endala, era n'aba minsani 102 beebakasindikibwa mu nsi 23, omuli ne Amerika, Russia, Germany, Canada, Japan, China, France, India, Kenya, n'endala nnyingi.

Ekitabo kino w'ekifulumidde, Dr. Lee abadde awandiise ebitabo ebirala 106, omuli ebisinze okutunda nga Okuloza ku Bulamu Obutaggwaawo nga si n'afa, Obulamu Bwange, *Okukkiriza Kwanga I & II, Obubaka Bw'Omusalaba, Ekigera Okukkiriza, Eggulu I & II, Ggeyeena,* ne *Amaanyi ga Katonda.* Ebitabo bye bikyusiddwa okudda mu nnimi ezissuka mu 75.

Waliwo obubaka bwe obuwandiikibwa mu miko gye mpapula z'amawulire ng'olwa *The Hankook Ilbo, The JoongAng Daily, The Dong-A Ilbo, The Hankyoreh Shinmun, The Seoul Shinmun, The Kyunghyang Shinmun, The Korea Economic Daily, The Korea Herald, The Shisa News,* ne *The Christian Press.*

Dr. Lee kati akola ng'omukulembeze w'ebitongole by'obu misani bingi saako ebibiina: nga ye Sentebe wa, The United Holiness Church of Jesus Christ; Permanent President, The World Christianity Revival Mission Association; Ye yatandika era ali ku bboodi ya, Global Christian Network (GCN); Mutandisi era ye Ssentebe wa Bboodi ya, World Christian Doctors Network (WCDN); era ye yatandika era ye sentebe wa Bboodi ya, Manmin International Seminary (MIS).

Ebitabo ebirala Eby'amaanyi eby'omuwandiisi y'omu

Eggulu II

Okukwaniriza eri Ekibuga Ekitukuvu ekya Yerusaalemi Empya, wankaaki zaakyo ekkumi n'ebbiri zikoleddwa mu luulu ezitangalijja, era kiri wakati w'eggulu eddene ennyo nga kimasamasa ng'ejjinja ery'omuwendo

Obubaka Bw'Omusalaba

Obubaka obw'amaanyi obw'okuzuukusa abantu bonna ab'ebase mu mwoyo! Mu kitabo kino ojja kusangamu ensonga lwaki Yesu ye Mulokozi yekka n'okwagala okutuufu okwa Katonda.

Ggeyeena

Obubaka obw'amazima eri abantu bonna okuva eri Katonda, oyo atayagala wadde omwoyo ogumu okugwa mu bunnya bwa ggeyeena! Mujja kuzuula ebyo ebitayogerwangako ku bukambwa ate nga bwa ddala obuli mu magombe aga wansi aga geyeena.

Omwoyo, Emmeeme, n'Omubiri I & II

Ekitabo kino kiraga ekkubo eryangu eri abasomi eribasobozesa okwenyigira mu buzaaliranwa bwa Katonda era ne bafuna emikisa gyonna egyo egyabasuubizibwa Katonda.

Ekigera Okukkiriza

Kifo kya kika ki eky'okubeeramu, engule n'empeera ebikutegekeddwa mu ggulu? Ekitabo kino kikuwa amagezi n'okukulung'amya okusobola okupima okukkiriza kwo osobole okuluubirira okukkiriza okusingayo obukulu.

Zuukusa Isiraeri

Lwaki Katonda amaaso ge agakuumidde ku Isiraeri okuva olubereberye lw'ensi eno okutuuka leero? Alina nteekateeka ki gyategekedde Isiraeri mu nnaku ez'oluvannyuma, ezirindirwamu Omununuzi?

Obulamu Bwange, Okukkiriza Kwange I & II

Evvumbe ery'omwoyo erisingayo obulungi erigiddwa mu bulamu obwameruka n'okwagala kwa Katonda okutatuukika, wakati mu mayengo g'ekizikiza, n'enjegere ezinyogoga saako obulumi obutagambika

Amaanyi ga Katonda

Kye kitabo ky'olina okusoma nga kikola ng'ekirung'amya eky'omugaso omuntu mwayinza okuyita okufuna okukkiriza okwa ddala n'okulaba amaanyi ga Katonda

www.urimbooks.com

www.ingramcontent.com/pod-product-compliance
Lightning Source LLC
LaVergne TN
LVHW041700060526
838201LV00043B/505